கார்கால சங்கீதம்

முதற்பதிப்பு: 2023

First Edition: 2023

Kaarkala Sangeetham

கார்கால சங்கீதம்

Devibala

தேவிபாலா

ISBN: 978-93-5695-101-3

காப்புரிமை @ ஆசிரியர்

Pustaka Digital Media Pvt. Ltd.
#7-002, Mantri Residency,
Bannerghatta Main Road, Bengaluru - 560 076
Karnataka, India
+91 7418555884

கார்கால சங்கீதம்

தேவிபாலா

அத்தியாயம் 1

"இதப்பாருங்க! இந்த சித்திரை மாதம் முடியறதுக்குள்ளே உங்க பொண்ணு கல்யாணம் நடந்தாகணும், இல்லை குருபலம் முடிஞ்திடும். அப்புறமா நாலு வருஷங்கள் கழிச்சாத்தான் கல்யாணம் நடக்கும்."

"அய்யோ! சித்திரை முடிய இன்னும் நாலு மாதம் தானே இருக்கு? மார்கழி நாளைக்குக் கடைசி! நடுவுல தை, மாசி, பங்குனி மூணே மாதம்தான் இருக்கு. அதுக்குள்ளே எப்படி கல்யாணத்தை நடத்துவேன் நான்?"

"தெரியாதும்மா! ஜாதகத்துல உள்ளதை நான் சொல்லிட்டேன்! அப்புறம் உங்க விருப்பம்."

ஜோசியர் போய் விட்டார்!

பத்மினிக்கு பதற்றமாக இருந்தது.

அவள் கணவர் ராமசுப்பு நிதானமாக ஹெல்மெட்டை கையில் எடுத்துக்கொண்டு, பைக் சாவியை சேகரித்து, சாமி முன்பு நின்று ஒரு கும்பிடு போட்டுவிட்டு, பைக்கை நோக்கி வந்தார்!

"என்னங்க! கொஞ்சம் நில்லுங்க!"

"என்ன?"

"நம்ம ராதிகாவுக்கு நீங்க அப்பாதானே?"

"அப்படித்தான் நினைக்கறேன். உனக்கு அதுல சந்தேகம் இருக்கா?"

"என்ன பேசுறீங்க நீங்க?"

"கேட்டது நீதானம்மா?"

"ராதுவுக்கு குருபலன் முடிய போகுதாம்! இன்னும் வரனே அமையல மூணு மாசத்துக்குள்ளே கல்யாணத்தை நடத்தி முடிக்க முடியுமா? நான் பரிதவிக்கறேன் உங்களுக்குக் கொஞ்சமாவது அக்கறை இருக்கா?"

"இதப்பாருடி கிட்டதட்ட ஒண்ணரை வருஷமா அவ ஜாதகத்தை வச்சுகிட்டு நீ அல்லாடறே ஜாதகப் பொருத்தம் அமைஞ்சு வந்தா நீ போடற பன்னண்டு நிபந்தனைகளும் சரிப்படணும். அத்தனையும் டிக் ஆகக்கூடிய மாப்பிள்ளை இதுவரைக்கும் கிடைக்கலைனா, அது என் தப்பா?"

"என்னங்க நீங்க? நம்ம குழந்தைக்கு ஒரு குறையும் இல்லாம அவ சீரும் சிறப்புமா வாழணும்னு அவளைப் பெத்த நான் நினைச்சா அது தப்பா?"

"தப்பில்லை. பத்மினி! பத்துக்கு எட்டு பழுதில்லை. சம்பந்தம் பேசினாலும் நீ நெனச்சபடி எல்லாம் அமையணும்னா, இதுவரைக்கும் ராதுவை மூணுபேர் வந்து பார்த்துட்டு போயாச்சு! நீ நினைச்சபடி எல்லாம் அமையணும்னா, முடியுமா! மூணுபேரையும் வேண்டாம்னு சொன்னது நீ, இந்த ரேட்ல பசங்களை நீ அவமானப்படுத்தினா, இந்த வீட்டுப் பக்கம் எவனும் வரமாட்டான்..."

"என்னங்க நான் தப்பா கேட்டுட்டேன்? நம்ம குழந்தை ராது எம்.பி.ஏ. படிச்சிட்டு நல்ல கம்பெனில கிட்டத்தட்ட லட்ச ரூபாய் சம்பளம் வாங்கறா! அவளை விட ஒரு ரூபாயாவது அதிகச் சம்பளம் வாங்கணும். கொஞ்சம் கூடுதலா படிச்சிருந்தா தேவல. அழகா இருக்கணும் கலராவும் இருக்கணும். நம்ம

ராது அஞ்சடி ஒரு அங்குலம் வர்ற மாப்பிள்ளை ஆறடி இருந்தாத்தான் சரியா இருக்கும்! இவ பூசின மாதிரி உடம்பு. அதனால பையனும் தளதளப்பா இருக்கணும்.''

''சரி! அப்புறம்?''

''பையனுக்கு சகோதரிகள் வேண்டாம். என் பொண்ணுக்கு நாத்தனார் தொல்லை கூடாது.''

''அப்போ ஒரே பையனா இருக்கலாமா?''

''விளையாடாதீங்க! அண்ணன், தம்பிங்களா இருக்கற இடம் பாக்கலாம்! ஒரே பையன் வேண்டாம்! அம்மாக்காரி முந்தானைல முடிந்து வச்சிருப்பா!''

''சரி மாமியார் இருக்கலாமா?''

''கொஞ்சம் பிரச்சினைதான் இருந்துட்டுப் போகட்டும்! இல்லைனா, இவதான் எல்லா கஷ்டங்களையும் படணும்!''

''பரவாயில்லை. ஒரு வேலைக்காரி மாதிரி இருக்கட்டும்னு சொல்றே!''

''போதும் கிண்டல்!''

''அப்புறமா சொந்த வீடு, கார் வசதிகள் எல்லாம் வேணும்.''

''வீடு யார் பேர்ல இருக்கணும்!''

''மாப்பிள்ளை பேர்லதான்!''

''அப்புறமா குடும்ப பாரங்களை இவ சுமக்க வேண்டியாய்டும்!''

''என்ன?''

''தனிக்குடித்தனம்!''

''அங்க போய் வாழட்டும்! நடக்கற எல்லாத்தையும் என் பொண்ணு சொல்லும்போது, நான் முடிவெடுப்பேன்!''

''முடிந்ததா?''

"நிறைய இருக்கு இப்போதைக்கு இது போதும்!"

"சரி! நான் புறப்படறேன்."

"எதுவும் சொல்லாம போனா எப்படி?"

"இந்த ஆட்டத்துக்கு நான் இல்லை. நமக்கும் ஒரு பிள்ளை இருக்கான். ராதிகாவோட தம்பி முரளி! நாளைக்கு அவனுக்கு வரப்போற பொண்ணோட அம்மா இந்த மாதிரி நிபந்தனைகள் போட்டா, நீ தாங்குவியா?"

"இப்ப ராதுவைப் பற்றி மட்டும் பேசுங்க!"

"உன் மகள் வாழணும்னு முதல்ல ஆசைப்படு பத்மினி! இந்த அளவுக்கு சர்வாதிகாரியா இருக்காதே! அது ராதிகாவுக்கு நல்லதில்லை."

பையன் முரளி உள்ளே வந்தான். மூன்றாவது வருடம் இன்ஜினீயரிங் படிக்கிறான்.

"அம்மா நான் குளிக்கணும்! எல்லாம் ரெடி பண்ணு!"

"பாத்ரூம்ல டவல், சோப் எல்லாம் இருக்கு நீ போ ராஜா!"

"தலை சூடா இருக்கு! எண்ணை வச்சுவிடும்மா!"

"இதோ வந்துட்டேன்!"

"போடி! உன் பையனக் குளிப்பாட்டி விடு! உன் பொண்ணுக்கு சோறு ஊட்டி விடு! ரெண்டும் பச்சக் குழந்தைங்க பாரு!"

"அம்மா!"

"தோ வந்துட்டேன் முரளி!"

உள்ளே ஓடினாள்.

டிபன் பாத்திரத்தை மறந்த ராமசுப்பு அதை எடுக்க உள்ளே வந்தார்.

குளியலறையில் உடம்பில ஒட்டுத்துணியில்லாமல் முரளி உட்கார்ந்திருக்க பத்மினி தலைக்கு எண்ணை வைக்க,

"என்னடி இது? இவனுக்கு வயது இருபது, பச்சக் குழந்தையாடி! முரளி! என்னடா கோலம் இது?"

"எனக்கு அவன் குழந்தைதாங்க. தாய் பார்வைல எப்பவுமே களங்கமோ, காமமோ இல்லை!"

"ஆனாலும் அவன் ஆம்பளடி!"

"இதப்பாருங்க! நான் ஒரு கதை சொல்லட்டுமா! திருதிராஷ்டிரன் மனைவி காந்தாரி இருக்கா இல்லையா, தன் கணவன் மேலுள்ள பதிபக்தியால அவருக்கு பார்வை இல்லைன்னு இவளும் கண்களைக் கட்டி உலகத்தை இருட்டாக்கிட்டா. பல வருஷங்கள் கழிச்சு ஒரே ஒரு சந்தர்ப்பத்துல தன் கண் கட்டுக்களை அவிழ்க்க வேண்டிய சூழ்நிலை காந்தாரிக்கு வந்தது. எப்ப? தன் பிள்ளை துரியோதனன் போருக்குப் போறதுக்கு முன்னால! ஒரு தாயோட பார்வை அதாவது பல வருஷங்களாய் இருட்டை மட்டுமே உணர்ந்த கண்கள் ஒரு சில நொடிகள் வெளிச்சம் கண்டா, அந்தக் கண்களுக்கு என்ன ஒரு சக்தி இருக்கும்?"

"இந்தக் கதை எதுக்கு?"

"துரியோதனன் நீராடிட்டு பிறந்த மேனியோட வந்தான். சக்திவாய்ந்த தாயோட கண்கள் அந்த உடம்புல பட்டா, அவன யாரும் அழிக்க முடியாது! அதனால கட்டுக்களை காந்தாரி அவிழ்த்தா. தாயா இருந்தாலும் பொண்ணாச்சேனு துரியோதனன் இடுப்புக்கு மட்டும் ஒரு துணியில மறைப்பு கொடுத்தான். காந்தாரி அவனப் பார்த்தா!"

"நான் இப்ப வேறென்ன சொன்னேன்?"

"இருங்க! யுத்தம் வந்தது துரியோதனுக்கும், பீமனுக்கும். போர்ல! பீமனின் கதை வேறு எங்கே பட்டும் துரியோதனன்

சாகல! மறைக்கப்பட்ட தொடைப்பகுதிய பீமன் தாக்கி, தொடையை பிளந்தான். ஏன்? தாயோட பார்வைக்கு அந்தப் பகுதி மறைக்கப்பட்டதால் வலு இழந்து அவனது மரணத்துக்குக் காரணமாச்சு! இப்ப புரியுதா? தாயோட கண்களுக்கு களங்கமும் இல்லை, காமமும் இல்லை. அதுல உயிர்த்துடிப்பும், பிள்ளை நிறைவோட வாழணும்னு ஆசைகளும் மட்டும்தான் இருக்கு.''

முரளியின் உடலை தேய்த்துக் குளிப்பாட்டத் தொடங்கினாள் பத்மினி.

மிரண்டார் ராமசுப்பு!

பத்மினி புத்திசாலி!

அந்தக்கால பட்டதாரி! வேலை பார்த்தவள்! ராதிகா பிறந்த பிறகு வேலையை விட்டாள்! நல்ல நிர்வாகி!

அத்தனை பொறுப்பும் அவள் கையில!

ராமசுப்பு சம்பளத்தைக் கொண்டு வந்து தந்துவிட்டு, தேனீருக்குக் கூட சில்லரை வாங்கிப் போகும் கணவன், ஆனால் பத்மினியின் புத்தி சாதுரியத்தில், சேமிப்பில், அழகான வழிகாட்டுதலில்தான் இன்று சொந்தவீடு, வாகனம், பிள்ளைகளின் கல்வி என அந்தக் குடும்பம் நிமிர்ந்து நிற்கவே செய்கிறது.

தன் பிறந்த வீட்டு மனிதர்களோ, புகுந்த வீட்டு உறவுகளோ பத்மினி மனதில் பட்டதைச் சொல்லிவிடுவாள்.

அதனால் மோதலும், பிளவும், மன வருத்தமும் ஏராளம்!

பத்மினியின் மாமியார் சாபமிட்டு விலகினாள். உறவுகள் எதுவும் நெருங்கவில்லை. பத்மினி அதைப்பற்றிக் கவலைப்படவும் இல்லை.

ராமசுப்பு முதலில் நிறைய எதிர்த்தார்.

பத்மினி இந்த மாதிரி காந்தாரி கதைகளை ஏராளமாக கைவசம் வைத்திருந்தாள். ராமசுப்பு அடங்கிப் போவதைத் தவிர வழியில்லை.

ராதிகாவுக்கு நடன பயிற்சி...

முரளிக்கு கர்நாடக சங்கீதம்...

பிள்ளைகளை படிப்பைத் தவிர, மற்ற கலைகளிலும் சோடை போகாமல் பத்மினி உருவாக்கினாள்.

கற்பிக்கும் நேரம் கண்டிப்பான தாய்!

மற்ற சமயங்களில் பாசம் காட்டுவதில் பத்மினியை மிஞ்ச முடியாது.

அந்த அளவுக்கு பாசமாக உருகுவாள்.

பிள்ளைகள்தான் அவள் சுவாசம். பிள்ளைகள்தான் பத்மினியின் உலகம்.

சுருங்கச் சொன்னால், ஒரு வெறிபிடித்த அம்மா.

ராமசுப்புக்கு இதனால கோபம், பொறாமை, ஆற்றாமை உண்டு.

நானும் அப்பாதானே? எனக்கு என் பிள்ளைகளிடம் பாசம் இல்லையா? இவள் ஒருத்திதானா உலகம் என்ற கோபம்.!

அவளிடம் மட்டும் அதிகமாக பிள்ளைகள் ஒட்டிக் கொள்கிறதே என்ற பொறாமை.

என்னால் ஏன் என் பிள்ளைகளின் மனதில் முதலிடத்தைப் பிடிக்க முடியவில்லை என்ற ஆற்றாமை!

இவர்களுக்கென வாழ்க்கைத் துணை வரும்போது, இவள் விட்டுக் கொடுப்பாளா என்ற கவலை.

ராமசுப்புவின் கலக்கம் அதிகமாகிவிட்டது.

"சரி... உன் மகனைக் குளிப்பாட்டி, சாப்பாடு ஊட்டி, முடிஞ்சா காலேஜுக்கும் கொண்டு போய் விடு எனக்கு நேரமாச்சு!"

வாசலுக்கு வந்து விட்டார்!

பத்மினி பின்னால ஓடி வந்தாள்.

"இதப்பாருங்க சித்திரை தாண்டிட்டா நாலு வருடங்கள் காத்திருக்கணுமாம். ராதுவுக்கு வயது தாண்டிடக்கூடாது. அடுத்த வாரம் முழுக்க லீவு போடுங்க, அலைந்து திரிஞ்சாவது வரனைப் பிடிக்கணும்."

ராமசுப்பு பதிலே பேசாமல் கடுப்புடன் வெளியேறினார்.

மாலை ஏழு மணிக்கு ராதிகா ஆபிசிலிருந்து வர, பத்மினி வீட்டில் இல்லை.

"அம்மா எங்கே?"

"உனக்கு வரன் தேடப் போயிருக்காங்க!" என்றான் முரளி.

"அது வரும் போது வரும். அம்மா ஏன் இப்படி கஷ்டப்படறாங்க?"

"தெரியல."

ராமசுப்பு எழுந்து வந்தார்.

"ராதிகா ஒரு அப்பா சொல்லக் கூடாதுதான்! ஆனா சொல்றேன்! நீ யாரையாவது காதலிக்கத் தொடங்கிடு!"

"வேண்டாம்பா! எனக்கு பிடிக்கவில்லை."

முரளி சிரித்தான்.

"அப்பா லவ் பண்ணச் சொல்லி, பொண்ணு வேண்டாம்னு சொல்ற கொடுமை நம்ம வீட்லதான் நடக்கும். நான் லவ் பண்ணட்டுமாப்பா?"

"செய்டா! உங்கம்மாவுக்கு அப்படியாவது புத்தி வரட்டும்."
எட்டு மணிக்கு பத்மினி வந்தாள்.

"மாப்பிள்ளை ரெடியா?"

"உங்கப்பாவுக்கு நக்கல் அதிகமாயிடுச்சு! புடிக்கறேன்
பாரு. பத்மினி நினைச்சா, நடக்காதது எதுவும் இல்லை. இது
நிஜம்தான்!"

பதினைந்து நாட்களில் பத்மினி ஒரு வரனைப் பிடித்து
விட்டாள்.

தரகர் ஒருவரை முற்றுகையிட்டு, அவரிடம் தகவல்களை
சேகரித்து இன்டர்நெட் மூலம் அலசி, இடைவிடாமல், போன்
பேசி, இரவு பகலாக அலைந்து பிடித்தே விட்டாள் ஒரு
வரனை.

அவர்கள் நாளை மாலை பெண் பார்க்க வருவதற்கும்
ஏற்பாடு செய்துவிட்டாள்.

பையன் எம்.டெக். எம்.பி.ஏ. ராதிகாவை விட அதிகப்
படிப்பு! கம்பெனி ஒன்றில் லட்சம் சம்பளம்! இதுவரை மூன்று
முறை வெளிநாடு போய் வந்தாகிவிட்டது. வயது இருபத்தி
ஏழு, ஐந்தடி பதினாரு அங்குலம், நல்ல நிறம், ரெட்டை
நாடி உடம்பு, இருபத்தி நாலு வயதில் ஒரு தம்பி, அவன்
ஒரு இன்ஜினீயர். அவனும் எம்.டெக்., பெரிய கம்பெனியில
வேலை, அப்பா ஆடிட்டர். சொந்த வீடு, இரண்டு கார்கள்,
சொத்துபத்துகள், அம்மா குடும்பத் தலைவி.

ஏறத்தாழ பத்மினியின் நிபந்தனைகளில் தொண்ணூற்றி
ஆறு சதவீதமும் டிக்.

குடும்பமே அதிர்ந்து போனது.

ராதிகா, முரளி ஆடிப் போனார்கள்.

அம்மா கில்லாடிதான். நினைச்சதை சாதிக்க முடிந்த வீராங்கனை, அப்பாவுக்கு போதாது!

"சரி! ஜாதகம் பொருந்துதா?"

"பிரமாத பொருத்தம்! மூணு ஜோசியர்கள்கிட்ட ஓப்பீனியன் வாங்கிட்டேனே!"

"நீ விடுவியா என்ன? சரி ராதிகாவுக்கு அவ மாமியார் அடங்கி நடப்பாளா?"

"சும்மா இருங்கப்பா! அப்படியெல்லாம் நான் எதிர்பார்க்கலை."

"நீ எதிர்பார்க்கலம்மா, ஆனா உன் கொடி மட்டும்தான் புகுந்த வீட்ல பறக்கணும்னு உங்கம்மா எதிர்பார்ப்பாளே?"

"அதுல தப்பில்ல அதுக்கு என்ன வேணும்னு நம்ம பொண்ணுக்கு நான் சொல்லித் தருவேன்."

"அந்தப் பையனும் என்னை மாதிரி இளிச்சவாயனா இருப்பானா? கேட்டியா?"

"போதும்! அசட்டுத்தனமா பேசாதீங்க. குழந்தை நல்லா இருக்கணும். நம்ம மகள் வாழ்ந்தா, சந்தோஷம் நமக்குத்தான்! அதைப் புரிஞ்சுக்குங்க.!"

"சரிம்மா நம்ம சந்தோஷம், இன்னொரு குடும்பத்துக்கு துக்கமா மாறக் கூடாதில்லையா?"

"ராது... முரளி... சாப்பிட வாங்க... உங்கப்பா மாதிரி ஒரு ஏடாகூடத்தை இத்தனை காலம் நான் கட்டி மேச்சதுக்கு எனக்கு நீங்க ரெண்டு பேரும் விழா எடுக்கணும்!"

ராதிகா, முரளி சிரித்தார்கள்.

✷✷✷

அத்தியாயம் 2

———— ★ ————

மதியம் ஒரு மணிக்கு சாப்பாடு முடிந்தது. மாலை ஐந்து மணிக்கு பெண் பார்க்க வருவதாக ஏற்பாடு.

"பத்மினி! வர்றவங்களுக்கு டிபன் தர வேண்டாமா?"

"இப்ப எல்லாம் யாரும் அடுத்த வீட்ல சாப்பிடறதில்லை. சரி, சரவணபவனில் இருந்து ஸ்வீட்டும், காரமும் வாங்கி வச்சிடலாம். காபி வீட்ல தயாரிச்சிடலாம். பையன், அப்பா, அம்மா, தம்பி நாலு பேர் வரலாம்."

தரகர் போன் செய்தார்.

"அம்மா பிள்ளை வீட்டுக்காரங்க பதினாலுபேர் உங்க வீட்டுக்கு வர்றாங்க!"

"பதினாலா! என்ன தரகரே?"

"அந்தப் பையன் பிரமோத்துதான் தகவல் குடுத்தான்."

"என்னங்க இது, பெண் பார்க்க பதினாலு பேரா? அக்கம், பக்கத்து வீடுகளை எல்லாம் கூட்டிட்டு வர்றாங்களா? சரியா இல்லையே?"

"சரிடி! வந்தவங்களை வேண்டாம்ணு சொல்ல முடியுமா? எதுக்கும் டிபனுக்கு ஏற்பாடு செஞ்சுக்கோ!"

"நிச்சயமா சாப்பிட மாட்டாங்க! கல்யாண சத்திரமா இது? எல்லாரையும் உட்கார வச்சு, பந்தி பரிமாற?"

"சரி உன் இஷ்டம்."

''பிடிச்சுப் போய், மேற்கொண்டு பேச அவங்க தயாரானா, நீயும் ரெடியா?''

''பாக்கலாம். தெருவைக் கூட்டி வச்சு லௌகீசம் பேசறது சரிப்படாது. விடுங்க, அந்த அளவுக்கு வரட்டும் பாக்கலாம்.''

ராதிகாவுக்கு பட்டுச்சேலை கட்டி அழகாக பத்மினி அலங்காரம் செய்தாள். முரளி அருகில் இருந்து ரசித்தான்.

''எங்க அக்காவை விட ஒரு தேவதை யாரும் இல்லை.''

''பாரும்மா! கிண்டலடிக்கிறான்!''

''இல்லடி! அவன் மனப்பூர்வமா சொல்றான்!''

''அம்மா! நான் எப்ப வரணும்? எப்படி நடந்துக்கணும்?''

''நீ எம்.பி.ஏ. படிச்சவ! உனக்குன்னு ஒரு அந்தஸ்த்து, மரியாதை உண்டு. கை கூப்பு போதும் கால்ல விழற கதையே வேண்டாம்!''

''சரிம்மா.''

''ஏண்டி? வயசுல மூத்தவங்களுக்கு நமஸ்காரம் செஞ்சா, தப்பில்ல.''

''இது பழைய காலம் இல்லை. உங்களுக்கு ஒண்ணும் தெரியாது. நான் பாத்துக்கறேன்.''

சரியாக ஐந்து மணிக்கு, வாசலில் ஒரு டூரிஸ்ட் வேன் வந்து நின்றது.

திடுதிடுவென அடியாட்கள் போல பதினாலுபேர் இறங்கினார்கள்.

ராமசுப்பு, முரளி வாசலுக்கே வந்து அழைக்க,

பத்மினி உள்ளே நின்று கம்பீரமாக அழைத்தாள்.

அனைவருக்கும் சோபா, நாற்காலிகள், கீழே பாய் என தயார் செய்யப்பட்டிருந்தது.

"முதல்ல அறிமுகப்படுத்திக்கிறோம்." எழுந்து நின்றவன் மாப்பிள்ளை பிரமோத்.

"நான் பிரமோத்! உங்க மகள் ராதிகாவைப் பெண் பார்க்க வந்திருக்கேன். இது என் தம்பி அஸ்வின். எங்கப்பா நடராஜன், அம்மா பாக்கியம். இது எங்க பெரியப்பா சண்முகம், பெரியம்மா சிவகாமி, சித்தப்பா, சித்தி, மாமா, அத்தை" என ஒருவர் விடாமல் அவன் அறிமுகம் செய்வதற்கே பத்து நிமிடங்கள் பிடித்தது.

பத்மினிக்கு முகத்தில் சிரிப்பு மறைந்தது.

ஒரு படித்த அதுவும் எம்.டெக்., எம்.பி.ஏ. படித்த மாப்பிள்ளை, கவுரவமாக இருக்க வேண்டாமோ! தானே எல்லாரையும் அறிமுகம் செய்து கொண்டு சரியில்லையே!

அவன் அம்மா பாக்கியம் எழுந்தாள்.

"இத்தனை பேர் பெண் பார்க்கப் போக வேண்டாம்னு நான் சொன்னேன். கோபப்பட்டான் என் பிள்ளை. சொந்த பந்தங்கள் இல்லாம எதுவும் நடக்கக் கூடாதுன்னு தீர்மானமா சொல்லிட்டான். நம்ம ரத்த பந்தங்கள் எல்லாரும் வரலைன்னா, நான் பெண் பார்க்க வரமாட்டேன்னு சொல்லிட்டான். குடும்பப்பற்று அவனுக்கு ரொம்ப அதிகம்!"

ராமசுப்பு உற்சாகமாக இருந்தார்.

ஓரக்கண்ணால் பத்மினியை பார்த்தார்.

"சரி பெண்ணை வரச் சொல்லுங்க!"

பத்மினி உள்ளே வந்தாள்.

"என்னம்மா?"

"இந்த வரன் சரிப்படும்னு எனக்குத் தோணல. நான் போட்ட நிபந்தனைகள் டிக்! ஆனா எதிர்பாராத பல நடக்குதே!

சரி வா! பிடிச்சா சொல்லு, பிடிக்கலைனா கழட்டி விடு! ஒரு கும்பிடு மட்டும் போட்டுட்டு உட்காரு.!''

''சரிம்மா!''

ராதிகாவை, பத்மினி அழைத்து வந்தாள்.

ராதிகா பெரும் கூட்டத்துக்குள் நுழைந்ததும், ஒரு மாதிரி மிரண்டாள்.

கை கூப்பினாள்.

அந்தப் பெரியம்மா எழுந்தாள்.

''பெரியவங்க   இருக்கற   சபையில   நமஸ்காரம் பண்ணணும்மா! அதுதான் மரியாதை, வா.''

பத்மினிக்கு எரிந்தது.

ராதிகா   அம்மாவை   ஒரு   முறை   பார்த்து   விட்டு, நமஸ்கரித்தாள்!

''இப்படி உட்காரு! நான் பிரமோத்துக்கு சித்தி!'' பக்கத்தில் உட்கார வைத்துக் கொள்ள, பிரமோத்தின் அம்மா, பெரியம்மா, சித்தி, அத்தை, மாமி, ஒன்றுவிட்ட சகோதரி, பெரியம்மாவின் மூத்த மருமகள் என ஏழுபேர் கொண்ட மகளிர் அணி ராதிகாவைச் சுற்றி வளைத்துக் கொண்டு, கேள்விகளைத் தொடுக்க, பத்மினி எரிச்சலின் உச்சிக்கே வந்து விட்டாள்.

பெரியப்பா, மாமா வகையறாக்களும் கொசுறு கேள்விகளை அவ்வப்போது தூரவ,

பிரமோத், தம்பி அஸ்வின் இருவரும் மவுனமாக ரசித்துக் கொண்டிருந்தார்கள்.

சித்தப்பா திரும்பி,

''பிரமோத்! நீ ராதிகாகிட்ட தனியாப் பேசணுமா?''

''அவசரமே இல்லை, நீங்க எல்லாரும் பேசி முடிங்க!''

முதலில் ராதிகாவுக்கே ஒரு மாதிரி இருந்தது. ஆனால் எந்த ஒரு குசும்பும் இல்லாமல், இயல்பாக, தோழமையுடன் கலகலப்பான அவர்களது கேள்விகள் அவளுக்குப் பிடித்துப் போக, அவளும் சிரித்தபடி அழகாக பதில் சொன்னாள்.

என்ன உன் சம்பளம் போன்ற பர்சனல் கேள்விகள் ஒன்று கூட இல்லை.

பொதுவாக அவளது ரசனை, அமைதியில் அவளது ஈடுபாடு அவள் கற்ற நடனம், விடுமுறை நாளில் பொழுதுபோக்கு, என யதார்த்தமான கேள்விகள்.

"முரளி நீயும் வந்து உட்காரு!"

முரளியும் இந்த ஜமாவில் கலக்க, வீடே களைகட்டியது. வயதில் மூத்த அத்தனை உறவுகளும், இளைஞர்களின் மனநிலைக்கு இறங்கி வந்து ருசிகரமாகப் பேசினார்கள்.

"ம்! பிரமோத் இப்ப நீ ராதிகாவைக் கூட்டிட்டுப் போய்ப் பேசலாம்."

"தனியா என்ன பேச்சு?"

"அவளை கல்யாணம் செஞ்சுக்கப் போறவன்டா நீ!"

"ராதிகா என் மனைவி ஆகல! இப்ப தோழி, தனியாப் பேசறது எனக்குப் பிடிக்கலை! மிஸ் ராதிகா உங்களுக்குப் பிடிச்சிருக்கா?"

"ம் பிடிச்சிருக்கு!"

"நான் கேள்வியை முடிக்கலை! என் குடும்பத்தை உங்களுக்குப் பிடிச்சிருக்கான்னு கேட்டேன்?"

"நான் பிடிச்சிருக்குன்னு சொன்னது உங்க குடும்பத்தைத்தான் மிஸ்டர் பிரமோத்!"

அத்தனை பேரும் படபடவென கைதட்டி விட்டார்கள்! வீடே அதிர்ந்தது.

பத்மினிக்கு மட்டும் அங்கு நடப்பது எதுவுமே பிடிக்கவில்லை.

பிரமோத் அம்மா பாக்கியம் எழுந்தாள்.

"என் பிள்ளையை உனக்குப் பிடிச்சிருக்கா ராதிகா?"

"பிடிச்சிருக்கு."

"கல்யாணி! அந்த வெள்ளித் தட்டை எடுத்து வெளியே வை!" சித்திக்கு உத்தரவிட,

ஒருத்தி வெள்ளித்தட்டு, அடுத்தவள் அதில் வெள்ளி குங்குமச் சிமிழ், மற்றொருத்தி பட்டுச்சேலை, இன்னொருத்தி நெக்லஸ், தோடு, மூக்குத்தி என அடுக்க, தாம்புலம், இனிப்பு, பழ வகைகள் என பன்னிரண்டு வரிசைத் தட்டுகளில் நிரம்ப, பத்மினிக்கு எதுவும் புரியவில்லை.

"என்ன இதெல்லாம்?"

"பிரமோத் உட்பட, எங்க குடும்பம் மொத்தத்துக்கும் ராதிகாவை ரொம்பப் பிடிச்சிருக்கு! அதுக்கொரு அங்கீகாரம் தந்து, இந்த சம்பந்தம் கை கூடணும்னு கடவுளை வேண்டிக்கிட்டு, எங்க வருங்கால மருமகளுக்காக நாங்க குடுக்கற முதல் வரவேற்பு! ஒவ்வொரு தட்டா வாங்கிக்கோம்மா!"

ராமசுப்பு நெகிழ்ந்து போய் விட்டார்.

"கொஞ்சம் இருங்க! மேற்கொண்டு லௌகீகங்கள் எதுவும் பேசாம எப்படி?"

"மனசுக்கு புடிச்சாச்சு வேற எந்த எதிர்பார்ப்பும் எங்களுக்கு இல்லை. பூரண சம்மதம்! ஒரு நல்ல நாள்ல நிச்சயதார்த்தம் நடத்தி, கல்யாணத் தேதியை குறிச்சிடலாம்."

"என்ன சொல்றீங்க? தட்டுக்களை வாங்கிக்கோ ராதிகா!" ராதிகா வாங்கி வாங்கி சோர்ந்து போனாள்.

"எங்க குடும்பத்துல பாசத்துக்கு முதலிடம் தருவோம். ஒண்ணா சேர்ந்து கை கோர்த்து வாழணும்னுதான் ஆசைப்படுவோம். அதான் இந்தனை பேர் வந்திருக்கோம்."

ராமசுப்பு எழுந்தார்.

"என்னால, பத்மினியால பேச முடியல. பூரிச்சுப் போய் நிக்கிறோம். எல்லாரும் சாப்பிட்டுத்தான் போகணும்."

பத்மினி மிரண்டு அவரைப் பார்க்க,

"கண்டிப்பா சம்பந்தம் பண்ணிக்கப் போறோம். நாங்க கூச்சப்படவே மாட்டோம். எதுக்குப் பாசாங்கு, டிபனைக் கொண்டு வாங்க."

பத்மினி கணவரை எரிப்பதைப் போல் பார்த்தாள்.

'மானம் போச்சே!' உள்ளே குமுறினாள்.

ஓட்டல் வேன் வாசலில் வந்து நிற்க, அதன் பணியாளர்கள் விறுவிறுப்பாக இறங்கி, உணவுப் பொருட்களை அதிவேகமாக உள்ளே கொண்டு வந்தார்கள்.

விதவிதமான உணவு வகைகள்!

எல்லாரையும் உட்கார வைத்து இலை போட்டு பரிமாறவே தொடங்கி விட்டார்கள்.

"ராதிகா! நீயும் என் கூட உட்காரு!" பிரமோத்தின் அம்மா பாக்கியம் ராதிகாவை இழுத்து உட்கார வைக்க, உள்ளே வந்த பத்மினி குழம்ப, ராமசுப்பு அருகில் வந்து சிரித்தார்.

"அவங்க பதினாலு பேரும் வந்து உட்கார்ந்து பேசத் தொடங்கின நொடில, அந்தக் குடும்பத்தை நான் கணிச்சிட்டேன். இந்த சம்பந்தம் குதிரும்னு என் உள் மனசு சொன்னதால டிபனுக்கு ஆர்டர் குடுத்துட்டேன். புத்திசாலி பத்மினியோட அசட்டுப் புருஷன் எடுத்த அவசர முடிவு! தப்பில்லையே?" பத்மினிக்கு இன்னும் எரிந்தது.

முரளியும் அவர்களுடன் உட்கார, ராமசுப்புவும் சம்பந்திக்கு பக்கத்தில் உட்கார,

"ராதிகா உன் அம்மாவையும் வரச் சொல்லு!"

அந்தக் கூட்டம் மொத்தமும் டிபனை ஒரு கை பார்த்துக் கொண்டிருக்க,

பத்மினிக்கு ஒரு மாதிரி அருவருப்பாக இருந்தது. 'ச்சே என்ன மனுஷங்க இவங்க, மூணாவது மனுஷங்க வீட்ல, தன் வீடு மாதிரி நெனச்சு சாப்பிடறாங்க! இது என்ன மாதிரிக் குடும்பம்? ராதிகாவால இந்தப் பெரிய கூட்டத்துல குப்பை கொட்ட முடியுமா? நான் அவசரப்பட்டு தப்பான இடத்தைக் கொண்டு வந்துட்டேனா?'

ராதிகா உள்ளே வந்தாள்.

"அம்மா ரவிக்கைத் துணிகள் இருக்கா! அவங்க எல்லாருக்கும் தாம்புலம் தந்து மரியாதை செய்!"

"ராதிகா இப்படி வா! எப்ப மூக்கு குத்திக்கப் போறே?"

"வேண்டாம். அது இப்ப பேஷன் இல்லை!" பத்மினி சொல்ல, பிரமோத் குறுக்கே வந்தான்.

"வேணும்! அதுதான் முகத்துக்கு லட்சணம்!"

"சரி நான் குத்திக்கிறேன்!" ராதிகா சொல்ல, பத்மினி கடுப்பானாள்.

✳✳✳

அத்தியாயம் 3

அவர்களை வழியனுப்பி விட்டு வீட்டுக்குள் வர, ராமசுப்பு உற்சாகமாக இருந்தார்.

"அற்புதமான குடும்பம்! இப்படி ஒரு நல்ல, கலகலப்பான குடும்பத்தை நான் என் வாழ்நாளில் சந்தித்ததே இல்லை."

"அப்பா கரெக்டா டிபனுக்கு ஆர்டர் பண்ணி, சரியான நேரத்துல காப்பாத்தி விட்டுட்டீங்க!"

முரளி முதன் முதலாக அப்பாவை பாராட்ட,

"கிட்டத்தட்ட ஆறாயிரம் ரூபாய்! இப்படியா ஒரு கூட்டம் வந்து சேரும். இதுங்கள்ளாம் ஓட்டல் டிபனை கண்ணால பார்த்ததே இல்லையா? இப்படி பாயுதுங்க!" பத்மினி சொல்ல,

ராதிகா வெடுக்கெனத் திரும்பினாள்.

"ஏம்மா! அந்த மாதிரி பேசற? நாம சாப்பிடறதேயில்லையா?"

"கள்ளமில்லாத மனுஷங்க! அப்பா சொல்ற மாதிரி நல்ல மனுஷங்களை இந்த மாதிரி பாக்கறது கஷ்டம்தான்!"

பத்மினி ஆடிப்போனாள்.

'தன்னை விட்டு கடுகளவும் விலகாத பிள்ளைகள் இரண்டும் அப்பாவை ஆதரிக்கிறதா?'

ராமசுப்பு கை கூப்பி,

"அந்த பிரமோத் குடும்பத்துக்கு நான் ரொம்பக் கடமைப்பட்டிருக்கேன். எனக்கொரு மரியாதையை உண்டாக்கிட்டுப் போயிட்டாங்களே!"

"சரி! நான் கொஞ்சம் சீரியஸா பேசணும்!"

"சொல்லு பத்மினி!"

"இதப்பாரு ராதிகா, இப்ப டிபன் சாப்பிடறதும், கலகலப்பா பேசறதும் சுலபம். வாழ்க்கை எப்பவும் இப்படியே இருக்காது!"

"நீங்க என்னம்மா சொல்லுறீங்க?"

"இத்தனை பெரிய குடும்பத்துல போய் உன்னால வாழ முடியுமா?"

"என்னம்மா பேசற நீ? இவங்க எல்லாரும் எப்பவும் ஒரே வீட்லயா இருக்கப் பேறாங்க! அவரவருக்கு குடும்பம் இல்லையா? ஒரு நல்லது, கெட்டதுனா கூடுவாங்க! அப்புறமா கலைஞ்சு போயிருவாங்க! அதுல தப்பில்லையேம்மா!"

"அது எனக்கும் தெரியும்டி. ஆனா, நவீன காலத்தைப் புரிஞ்சுக்காம கொஞ்சம் பழமையா இருக்கு அந்தக் குடும்பம். நீ மாடர்னா வளர்ந்த பொண்ணு சரிப்படுமா?"

"மாடர்ன்னா என்ன பத்மினி? உன் மகள் டூ பீஸ் போட்டுட்டு வீட்ல பாத் - டப்புல குளிக்கிறாளா என்ன?"

"போதும் நிறுத்துங்க! வந்ததும் நமஸ்காரம் பண்ணச் சொல்றது, சுத்தி உட்கார்ந்து கேள்விகள், அப்புறமா டிபனை வளைச்சுக் கட்டறது, இதெல்லாம் என்ன?"

"இது எதுவுமே நம்மை பாதிக்கலையேம்மா! கடைசியா நம்ம வீட்டு மருமகளுக்கு அங்கீகாரம்னு சொல்லி வரிசைத் தட்டுகளை பரப்பினாங்களே அதுவும் நகைகள், வெள்ளி, பட்டுப்புடவை, யாரும்மா செய்வாங்க இந்தக் காலத்துல?"

"சபாஷ் ராது!" என்று ராமசுப்பு முதுகில் தட்ட,

"மூக்குத்தி போடணும்னு ஒருத்தி வேணுமான்னு நான் கேட்டதுக்கு, மாப்பிள்ளையே வேணும்னு சொல்றானே!"

"நான் தயாரா இருக்கேனேம்மா!"

"நீ சின்னப் பொண்ணு, ஏதோ ஒரு கலகலப்புல மயங்கி, நாளைக்கு தப்பான இடத்துக்கு வாக்கப்பட்டுட்டோம்னு வருந்தினா, திரும்ப வராது வாழ்க்கை!"

"இரும்மா! நீ மடக்கி மடக்கிப் பேசறியே, உனக்கு இந்த சம்பந்தம் பிடிக்கலையா?" ராதிகா கேட்டுவிட,

பத்மினி மூவரையும் ஒருமுறை பார்த்துவிட்டு,

"ஆமாம் ராது! இந்தக் குடும்பத்துக்கு உன்னை அனுப்ப என் மனசு கேக்கல. அதுதான் நிஜம்."

ராமசுப்பு பதறிவிட்டார்.

"இந்த அம்மா வேண்டாம்னு சொன்ன எதையும் நீ வேணும்னு இதுவரைக்கும் சொன்னதில்லை. வந்த வரிசைத் தட்டுக்களை திருப்பி அனுப்பிடலாம்."

முரளி கவலையுடன் பார்க்க,

"ஏண்டி இப்படி அக்கிரமத்துல அழிஞ்சு போறே! உனக்குத் தோதா நல்ல அடிமைகள், சம்பந்தியா கிடைக்கணும்னு ஆசைப்பட்டு, ஒரு நல்ல குடும்பத்தை அவமானப்படுத்தறியே! இது நியாயமா பத்மினி!"

"நீங்க பேசாதீங்க, இது என் பொண்ணோட வாழ்க்கை!"

"அப்ப நான் யாருடி?"

"ஒரு பெண் குழந்தைக்கு என்ன தேவைன்னு புரிஞ்சுக்க முடியாத புத்திகெட்ட தகப்பன்."

"பத்மினி! நீ எல்லை மீறிப் பேசற!"

"இல்லைங்க! நான் சத்தியமா உங்களை அவமானப்படுத்தலை. ஆனா என் புள்ளைங்க வாழ்க்கை இப்படித்தான் இருக்கணும்னு கணக்குபோட்டு வச்சிருக்கேன். அதுல கொஞ்சம் பிசகினாக் கூட நான் தாங்க மாட்டேன். செல்லம்மா அம்மா சொல்றேன், உனக்கு இந்த இடம் வேண்டாம்."

ராதிகா கண்களை சுழல விட,

ராமசுப்பு நெருங்கினார்.

"ராது! நீ பச்சக் குழந்தை இல்லை. எம்.பி.ஏ. படிச்ச லட்ச ரூபாய் சம்பாதிக்கிற பொண்ணு. உன் வாழ்க்கை பற்றின முடிவை நீ எடுக்கணும்."

"முரளி! நீயும் உங்கப்பாவும் ஒரு காரை எடுத்துட்டுப் போய் இந்த வரிசைத் தட்டுகளை திருப்பிக் குடுத்துட்டு, இந்த சம்பந்தம் வேண்டாம்னு சொல்லிட்டு வந்துடுங்க!"

"நான் போக மாட்டேன்! ஒரு நல்ல குடும்பத்தை நிராகரிக்க எனக்கு சக்தியில்லை."

"வேண்டாம்மா! எதையும் திருப்பித் தர வேண்டாம். நான் பிரமோத்தை கல்யாணம் செஞ்சுக்கிறேன்!"

"ராதிகா!"

"எனக்கு அவங்க வேண்டாம்னு தோணல. அதுக்கான காரணம் ஒண்ணு கூட எங்கிட்ட இல்லை. என் குடும்பத்தை பிடிச்சிருக்காணு பெண் பார்க்க வந்த மாப்பிள்ளை ஒருத்தர் கேட்டது இதுதான் முதன்முறை, நான் கேள்விப்பட்டவரைக்கும்."

"அந்தக் கேள்விதான் என் எரிச்சலுக்கும் காரணம்! கட்டிக்கப் போறவன் நீயா? இல்லை உன் குடும்பமா? என் மகளென்ன பாஞ்சாலியா?"

"ஏன் பத்மினி ஒரு மாதிரி தரக் குறைவா பேசறே?"

"இல்லிங்க படிச்ச ஒருத்தன் கேக்கற கேள்வியா இது?"

"படிச்சவர் இல்லைம்மா பக்குவப்பட்ட ஒருத்தர் கேட்டிருக்கார் இந்தக் கேள்வியை. ஒரு பொண்ணு வாழப் போற இடத்துல எல்லாரையும் அவ நேசிக்கணும். அப்படி தன் குடும்ப புராணத்தை ஒப்பிச்சு, வாழவந்தவ முதல் நாளே நொந்து, நேசிச்சா புருஷனோட அன்பு தானாவே கிடைக்கும். அதை அவர் சொல்லாம சொல்லிட்டார்."

"அபாரம்டா! என் மகள் அதுவும் பத்மினிகிட்ட வளர்ந்த நீயா இப்படி பேசறே? இத்தனை நல்ல சங்கதிகளை எங்கேடா ஒளிச்சு வச்சிருக்க என் தங்கமே!"

"இதப்பாரு ராதிகா! முன்னெல்லாம் கல்யாணம் நடந்து முதலிரவு வரும் போது உள்ளே வரக் கூடிய ஆம்பிளை, உங்கப்பா உட்பட என்ன பேசுவாங்க தெரியுமா? எங்கம்மா கிட்ட நீ சமையல் கத்துக்கணும். என் அக்கா, தங்கச்சி மனசு கோணாம நடக்கணும். மொத்தத்துல எங்க குடும்பத்துக்கு நீ சம்பளம் வாங்காத வேலைக்காரியா இருக்கணும்னு, இவன் கூட காலம் முழுக்க குப்பை கொட்டணும்னு நெனப்பா, இந்த பிரமோத் கல்யாணத்துக்கு முன்னாலேயே வேலையைத் தொடங்கிட்டான்."

"அம்மா."

"இவன் ஒரு நடுத்தர வர்க்கத்துக் கோழை! அம்மா முந்தானையில ஒளிஞ்சுக்கிற ஆம்பளை! இவன் தாலி உன் கழுத்துக்கு இதமா இருக்கும்னு நான் நினைக்கலை."

"இல்லம்மா! எனக்குப் பிடிச்சிருக்கு."

"இந்த அம்மா வேண்டாம்னு சொல்றதை வேணும்னு நீ பிடிவாதம் பிடிக்கறே ராது!"

ராமசுப்பு கடுப்பாகி விட்டார்.

"விடேன் பத்மினி! உன் மகள் வாழணும்னு நினைக்கிறியா? இல்ல அவளை வாழ விடாம பண்ணப்போறியா? உன்

தாளத்துக்கு ஆடத்தான் கடவுள் என்னை படைச்சிருக்காரே! போதாதா? புள்ளைங்களையாவது சுதந்திரமா விடமாட்டியா?'' என்று அவர் சீறிவிட,

பத்மினி இன்னும் கடுப்பாக,

''அப்பா எதுக்கு வீண் விவாதம்? ஜோசியர்கிட்டப் பேசி அடுத்தது ஆக வேண்டியதைப் பாருங்க. அம்மா எனக்கு இந்த குடும்பம்தான் வேணும். நீ என்னடா சொல்ற முரளி?''

''எனக்கும் புடிச்சிருக்கு அக்கா!''

ராதிகா உள்ளே வந்து பார்த்தாள்.

''முரளி பட்டுப் புடவை ஆறாயிரம் ரூபாய்டா? வெள்ளித் தட்டும், குங்குமச்சிமிழும் எத்தனை கனமா இருக்கு பாரு!''

நெக்லஸ், கம்மல் இரண்டையும் எடுத்தாள்.

ராமசுப்பு வாங்கிப் பார்த்தார்.

''ஜோடியா அஞ்சு சவரன்பா! கிட்டத்தட்ட ஒட்டுமொத்தமாக ஒண்ணரை லட்சம் செலவழிச்சிருக்காங்க. பெரிய மனசுப்பா.''

''அக்கா உன்னைப் புடிக்கும்னு எப்படி நினைச்சாங்க?''

''அவங்க மனசுல ஒரு கணக்கு ஓடியிருக்கும். தயாரா வந்திருக்காங்க! இத்தனை திட்டம் போட்டு செயல்படற குடும்பத்துல நிச்சயமா ஒழுங்கு இருக்கும் முரளி. நான் மார்க்கெட்டிங் டிவிஷன்ல தானே வேலை பார்க்கிறேன். மனோதத்துவ ரீதியா எல்லாத்தையும் கணக்கு போட்டு கொஞ்சம் சென்டிமென்ட் கலந்து செயல்படுத்தினா வெற்றி காலடியில வந்து நிற்கும். பிஸினஸ் ரீதியான சில படிப்புகளை சொந்த வாழ்க்கையில அப்ளை பண்ணிப் பார்த்தா வாழ்க்கைல ஜெயிக்கிறது சுலபம் முரளி!''

ராமசுப்பு பத்மினியிடம் வந்தார்!

"நீ புள்ளைங்களை படிக்க வச்சது வீண் போகலை பத்மினி! அவங்க வர்த்தகம், வாழ்க்கை, ரெண்டையும் இணைச்சு அழகா ஒரு கணக்கு போடறாங்க. பார்த்தியா? நீயும் முடிஞ்சா கத்துக்கோ பத்மினி! ஏன்னா நீ புத்திசாலி. நான் எப்பவுமே முட்டாள் தானே?"

சொல்லி விட்டு உள்ளே போக, பத்மினி கசப்புடன் நின்றாள்.

அத்தியாயம் 4

பிரமோத் குடும்பத்தில் அத்தனை பேரும் நிறைவாக இருந்தார்கள்! உறவுக்கூட்டம் மொத்தமும் புறப்பட்டு விட்டது. எல்லாருமே உள்ளூர்காரர்கள்தான்!

"எல்லாரும் இருந்துட்டுப் போங்களேன் பெரியம்மா!"

"இல்லைடா ராஜா! நிறைய வேலை இருக்கு வீட்ல! இப்பவே எதுக்கு கூட்டம் போடணும்? இனி நிச்சயதார்த்தம், கல்யாணம், விருந்துன்னு நிறைய வரப்போகுது! ஒண்ணாத்தானே இருக்கப்போறோம். உனக்கு எல்லாரும் உன் கூடவே இருக்கணும். ராதிகாவுக்கு இது பிடிக்குமா?"

"பிடிக்கும். பிடிக்கணும்! அதனால தானே என் குடும்பத்தைப் புடிச்சிருக்கான்னு கேட்டேன்."

அத்தை குறுக்கிட்டாள்.

"அப்படி இல்லை பிரமோத்! காலம் மாறுது! இப்ப வர்ற பெண்கள் நிறையப் படிச்சு, கை நிறைய காசு பாக்கிறவங்க சுதந்திரமா ஒத்தையா வளர்ந்தவங்க! கூட்டம் பார்க்காதவங்க! புருஷனைத் தாண்டி அதிகபட்சமா அவனோட பெத்தவங்களை ஜீரணிக்கிறதே கஷ்டம்! அதையும் தாண்டி இத்தனை பெரிய உறவுக் கூட்டத்தை எதுக்காக ஏத்துக்கணும். உன் மனப்போக்கை நீயும் கொஞ்சம் மாத்திக்கணும்!"

சித்தி குறுக்கிட்டாள்.

"ராதிகா நல்ல பொண்ணாத்தான் இருக்கா! அவங்கப்பா வெகுளி, ஆனா அம்மா காரியவாதி!"

"இல்லை வடிவு! அந்தம்மாவுக்கு நம்ம சம்பந்தமே பிடிக்கலை."

"என்ன சொல்ற சிவகாமி?" பாக்யம் பதறினாள்.

"முகத்தை நீங்க கவனிக்கலையா அண்ணி? சிரிப்பே இல்லை. கொஞ்சம் கூட ஸ்நேக பாவம் இல்லை. நான் நல்லா கவனிச்சேன்."

"ஏன்?"

"வேற ஒண்ணும் இல்லை. கூட்டம் புடிக்கலை. பயப்படறாங்க! தன் மகள் இந்தக் கூட்டத்தை தாங்கி நிம்மதியா வாழ முடியுமான்னு கவலைப்படறாங்க."

"அதுக்குத்தான் இத்தனை பேர் போய் பயப்படுத்த வேண்டாம்னு நான் சொன்னேன். இந்த பய கேட்டானா?"

சித்தப்பா குறுக்கே வர,

"வேண்டாம்னு சொல்லலையே மாமா."

"இனிமேல் கூடச் சொல்லலாம்."

"அப்படியெல்லாம் அவமானப்படுத்துவாங்களா என்ன?" அப்பா சண்முகம் கேட்க,

பிரமோத் குறுக்கிட்டான்.

"இதப்பாருங்க! புதுசா வர்றது ராதிகாவோ, மேனகாவோ அவளுக்காக உங்களையெல்லாம் இழக்க நான் தயாரா இல்லை! என்னோட என் பந்தங்களையும் சந்தோஷமா ஏத்துக்குறவதான் எனக்கு மனைவியாக முடியும்."

தம்பி அஸ்வின் புகுந்தான்.

"அதானே? நீங்கள்லாம் சோத்துக்கு இல்லாதவங்களா? உறவுகளால யாருக்கு என்ன துன்பம்? அண்ணன் சொல்றது சரிதான்."

"சரி அண்ணி! நாங்க புறப்படறோம். அவங்ககிட்டயிருந்து தகவல் வந்த பிறகு மேற்கொண்டு பேசலாம்."

கூட்டம் மொத்தமும் ஒரு மணி நேரத்தில் கலைந்து போனது.

"எல்லாரும் போனதும் வீடு வெறிச்சோடிகிடக்கு! உறவுகள் இல்லாத வாழ்க்கை என்னம்மா வாழ்க்கை?"

"சரிப்பா! நீங்க இரண்டு பேரும் வளர்ந்த விதம் வேறு! ஆனா இன்னிக்கு கூட்டுக் குடும்ப அமைப்பே இல்லை! சுயநலம் பெருகிப்போச்சு. பொண்ணுங்க பெரிய படிப்பு படிச்சு தன் கால்ல நிக்கத் தொடங்கியாச்சு! ஆண்களுக்கும், பெண்களோட உதவி இல்லைன்னா குடும்பம் நடத்த முடியலை. சமூகத்தோட முகம் மாறிடுச்சு. அதுக்கு தக்கதாக நாமும் வாழணுமில்லையா?"

"அதனால?"

"ராதிகா நல்ல பொண்ணுதான், ஆனாலும் அவளுக்குன்னு விருப்பங்கள், எதிர்பார்ப்புகள் எல்லாம் இருக்கும். அவ மட்டுமில்ல எந்தப் பொண்ணாக இருந்தாலும் இதுதான் நிலைமை! பாசமா இருந்தா, சேர்ந்து இருப்போம். இல்லைன்னா பலவந்தப்படுத்தக்கூடாது ராஜா புரியுதா?"

"சரி அவங்க வரட்டும் பேசலாம்."

பிரமோத், அஸ்வின் இருவரும் வெளியே புறப்பட்டுப் போக,

"என்னங்க?"

"சொல்லு பாக்யம்."

"அந்தப் பொண்ணு நல்லவ! ஆனா அவங்கம்மா பற்றி எனக்கும் கவலையாத்தான் இருக்கு!"

"வேண்டாம்னா விட்டுரு வேற பார்க்கலாம்."

"அதில்லைங்க. சம்மதிச்சு உள்ளே வந்துட்டு பிரச்சனை பண்ணினா நிம்மதி குலைஞ்சிடுமே!"

"பாக்யம் இது ரொம்ப ஓவர்."

"எதுங்க?"

"நம்ம குடும்பம் முன்கூட்டியே எல்லாத்தையும் யோசிச்சு செயல்படறது விவேகம்! ஆனா இந்த அளவுக்கு யோசிக்கிறது தேவையில்லை. என்னதான் திட்டம் போட்டு வாழ்க்கை நடத்தினாலும் எதிர்பாராத சிக்கல்கள் வரத்தான் செய்யும்."

"அதில்லைங்க பொருளாதார சிக்கலை சமாளிக்கலாம். நோய், நொடி வந்தாக் கூட தாங்கிக்கலாம். அன்பு விடுபட்டா வாழ முடியுமா?"

"அதை அப்ப பார்த்துக்கலாம். வேலையை கவனி!"

சொன்னாலும் அவருக்குள்ளும் கவலை இருக்கத்தான் செய்தது.

அத்தியாயம் 5

—————— • ★ • ——————

காலை குளியல் முடித்து சாமி கும்பிட்டதும், ராதிகா அம்மாவிடம் வந்தாள்.

"அவங்ககிட்ட சம்மதம் சொல்லி நாள் குறிக்க வேண்டாமா நிச்சயத்துக்கு?"

"அவங்க குடும்பத்துக்கு போறதுனு நீ முடிவே எடுத்திட்டியா?"

"அதுல சந்தேகமே இல்லம்மா!"

"பத்மினி புறப்படு! புள்ளைங்களை அனுப்பிட்டு நீயும், நானும் போய் நேரடியா பேசிட்டு, அவங்களை விட்டே நாள் குறிக்க சொல்லிடலாம்."

"அவங்க ஏன் குறிக்கணும்?"

"உறவுக்காரங்க நிறைய பேர் எல்லா வசதிகளையும் பார்த்துட்டு நாளைக் குறிக்கட்டுமே."

"சரி நீங்க போய்ச் சொல்லிடுங்க."

"பத்மினி! கல்யாணம் நம்ம பொண்ணுக்கு! நீ வரலைன்னா எப்படி?"

"நான் கல்யாணத்துக்கு வராமலா இருப்பேன். தேதி குறிக்கச் சொல்ல நான் வரணும்னு இல்லை, நீங்க போங்க!"

ராதிகா முகம் மாறியது.

"ஏம்மா உனக்கு சுத்தமா விருப்பமில்லையா?"

பத்மினி கண்கள் அகட்டிப் பார்த்தாள்.

"அப்படி சொன்னா நீ வேண்டாம்னு முடிவெடுப்பியா?"

ராமசுப்பு பதட்டத்துடன் பார்த்தார்.

"இல்லைம்மா இவங்கதான் வேணும்ணு நான் முடிவெடுத்தாச்சு. அதுல எந்த மாற்றமும் இல்லை. நீ என் அம்மா! என் மேல உயிரையே வச்சிருக்கே! ஆனா எனக்கு ஆச்சர்யமா இருக்கு! தன் மகளுக்குப் புடிச்ச ஒண்ணுல ஒரு பாசமான தாய் முழு ஈடுபாடு காட்ட மாட்டாளா?"

அதிர்ச்சியாக பார்த்தாள் பத்மினி!

ராமசுப்பு அருகில் வந்தார்.

"அது உங்கம்மா சுபாவம் ராதிகா. அவளுக்குப் புடிச்சது குடும்பத்துக்கே புடிக்கணும்! அவ வேண்டாம்னா நாமும் அதை உதறணும். உங்கம்மா எப்பவுமே மத்தவங்களுக்காக வாழலை, தனக்காக வாழறா! தன் விருப்பத்துக்காக எல்லாரையும் வளைக்கிறா."

"ரொம்ப பேசாதீங்க. புள்ளைங்க மனசுல என்னைப் பத்தி கசப்பை ஏத்தறீங்களா?"

"நிச்சயமா இல்லை! இத்தனை நாள் பட்ட பாட்டை இப்ப பகிரங்கமா சொல்றேன். குழந்தைங்க வளர, வளர புத்தி முழிச்சுக்கும் போது, தேவைகள் கூடும் போது பாதிப்பு தெரியும். சரி நீ வரலியா பத்மினி?"

"இல்லை."

"வரமாட்டேன்னு எனக்குத் தெரியும். நான் போய்ப் பேசறேன். என் பொண்ணுக்கு புடிச்சிருக்கு! அவளுக்கு நான் ஆதரவு குடுக்கிறேன்."

ராதிகாவுக்கு அதிர்ச்சியாகவே இருந்தது!

"அப்பா தெருமுனைல என்னை இறக்கி விட்டுடுங்க! ஆபீஸ் பஸ் வந்துடும்."

"சரிம்மா வா."

"அம்மா நான் போயிட்டு வர்றேன்."

பத்மினி 'சரி' என்று கூடச் சொல்லவில்லை.

அப்பாவின் பைக்கில் ராதிகா உட்கார, தெருமுனைக்கு அவர் வந்தார்.

"அப்பா அம்மா ஏன் இத்தனை தீவிரமா எதிர்க்கிறாங்க?"

"அவளுக்கு புடிக்கலைன்னா ஒப்புக்கவே மாட்டாம்மா! விடு."

"அம்மாவைத் தாண்டி இதுல இறங்கலாமாப்பா?"

"என்ன ராதிகா உன் மனசு சலனப்படுதா? உன்னைப் பற்றி நான் பெருமைப்பட்டேனே? அது தப்பா? காலம் முழுக்க அம்மா நிழல்லயே இருந்துடுவியா? ஒரு பொண்ணுக்கு எதிரி, கல்யாணத்துக்குப் பிறகு அவ அம்மாதான்னு சொல்லுவாங்க! நீ அதை நிரூபிக்கப் போறியா?"

"அய்யோ அப்பா அப்படியில்லை. எனக்கு வர்ற புருஷன் அம்மாவுக்குப் பிடிக்காமப் போனா காலம் முழுக்க ஒரு கசப்பு ஊடுருவி நிக்குமே! அது நல்லதாப்பா?"

"இங்கேதான் உங்கம்மா ஜெயிக்கிறா! கொஞ்சம் கூட விட்டுத் தராம அவ இரும்பா நிக்கறா, நீ இளகறே! பாத்தியா? இது அவளோட குணாதிசியம்! நான் உன்னைக் கட்டாயப்படுத்தலை ராதிகா! உங்கம்மா விருப்பம்தான் பெரிசுனு நீ நெனச்சா இப்பவே சொல்லிடு! உங்க சம்பந்தம் வேண்டாம்னு அவங்ககிட்ட சொல்லிட்டு வந்திடறேன்."

"இல்லைப்பா அப்படி நான் சொல்லலை."

"உன் மனசுல சலனம் இருந்தா கல்யாண வாழ்க்கைக்குப் பிறகு அது உன்னை நிம்மதியா வாழ விடாது! முடிவு செய்."

ராதிகா அப்படியே நின்றாள்.

"பத்மினியை ஜெயிக்க இனிமே ஒருத்தர் இந்த பூமியில் பிறக்கணும். நீ புறப்படு, ஒரு நாள் விட்டு நான் யோசனை பண்ணின பிறகு போறேன்."

அவர் கோபமாக நடக்க,

"அப்பா நில்லுங்க!"

"என்னம்மா நேத்திக்கு நான் பட்ட சந்தோஷங்கள் அத்தனையும் கலைஞ்சு போச்சே! நீ எம்.பி.ஏ. படிச்சு லட்ச ரூபாய் சம்பாதிச்சு என்ன லாபம்? அம்மாவோட மயக்கத்துலேர்ந்து எப்ப நீ விடுபடப்போறே? அப்படி விடுபடலைன்னா உனக்குனு எந்த ஒரு விருப்பங்களும் வேண்டாம்! அவ சொல்ற இடத்துக்கு நீ கழுத்தை நீட்டு! நான் வர்றேன்."

பைக்கை ஸ்டார்ட் செய்தார்.

"அப்பா இருங்க!"

"சொல்லு ராதிகா!"

"பிரமோத்தை கல்யாணம் செஞ்சுக்க எனக்கு பூரண சம்மதம்! அவங்க குடும்பத்தையும் புடிச்சிருக்கு."

"நிஜம்மா?"

"இதுல பொய்யே இல்லைப்பா!"

"தேங்க்யூமா! நான் போய் சம்மதம் சொல்லி நிச்சயத்துக்கு தேதி குறிக்க சொல்றேன்."

"அப்பா!"

"இனியும் என்னம்மா?"

"உங்க கூட அவங்க வீட்டுக்கு நானும் வரட்டுமா?"

"நீ ஆபீசுக்கு போக வேண்டாமா?"

"ஒரு மணி நேர பர்மிஷன்ல போகலாம்பா தப்பில்லை. நான் வரலாமில்லையா?"

"இன்னும் நிச்சயமாகலையே, நட்பு முறைல தப்பே இல்லைம்மா. எனக்கு சந்தோஷமா இருக்கு! வா வண்டியில ஏறு."

"அவங்களுக்கு ஸ்வீட்ஸ், பழங்கள் எல்லாம் வாங்க வேண்டாமா?"

"என்ன வேணுமின்னாலும் வாங்கிக்கோ."

இருவரும் மார்க்கெட்ல புகுந்து பழங்களை அள்ளிக் கொண்டார்கள். முந்திரி, ஸ்வீட், காரம் என நிறைய வாங்கினார்கள். பூ வாங்கிக் கொண்டாள் ராதிகா.

"என் பொண்ணுக்கு எல்லாம் தெரிஞ்சிருக்கு!"

"தெரியணுமேப்பா, பெரிய குடும்பத்துல வாழப் போறேனே!"

"உனக்கு பயமா இருக்காம்மா?"

"எதுக்குப்பா? அங்கே உள்ளவங்க மனுஷங்க தானே. அப்பா! நான் எம்.பி.ஏ. படிச்சிட்டு மார்க்கெட்டிங் டிவிஷன்ல இருக்கேன். மனுஷங்களை படிக்க எனக்கு ஓரளவு தெரியும். நிறைய பேரோட புழங்கி பழகின காரணமா எண்ண ஓட்டங்களை புரிஞ்சுக்கவும், அனுசரிக்கவும் முடியும்பா! நீங்க கவலையேபடாதீங்க."

"போலாமாம்மா?"

பைக் புறப்பட்டது. அரைமணி நேரத்தில் பிரமோத் வீட்டைக் கண்டுபிடித்து வாசலில் பைக் நிற்க, நடராஜன் பார்த்து விட்டார்!

"பாக்யம் இப்படி வா! யாரு வந்திருக்காங்க பாரு!" பாக்யம் வெளிப்பட்டாள்.

"அட ராதிகாவும் வந்திருக்காளா? நம்ப முடியலையே?"

பிரமோத், அஸ்வின் இருவரும் வர,

ராமசுப்பு, ராதிகா நுழைய,

"இரும்மா! இரும்மா! ஆரத்தி கரைச்சு எடுத்துட்டு வர்றேன்."

"அம்மா என்ன இது? அவ உங்க வீட்டு மருமகள் ஆகலை இன்னும்!"

"எங்க மனைசைப் பொறுத்தவரைக்கும் ஆயாச்சு! எங்க மருமகள் எங்க வீட்டுக்கு வந்திருக்கா. ஆரத்தி எடுத்து வலது கால் வச்சுத்தான் வரணும். இன்னிக்கு வளர்பிறை, பஞ்சமி, முகூர்த்த நாள்! மகாலஷ்மி தற்செயலா வந்தாலும், வேளை எப்படி அமைஞ்சிருக்கு பார்த்தீங்களா?"

குடும்பமே பூரித்துப் போனது.

பாக்யம் ஆரத்தி எடுத்தாள்.

"வலது காலை எடுத்து வச்சு வா ராதிகா!"

ராதிகா தன் அழகான மருதாணி பூசிய வலது காலை உள்ளே மிருதுவாக பதிக்க,

அஸ்வின் படபடவென கை தட்ட,

பாக்யம் அவளை அணைத்து முத்தமிட்டாள்.

"அம்மா பால், பழம் எல்லாம் உண்டா?" பிரமோத் கேட்க,

"எல்லாம் உண்டுடா! ஒக்காரு ராதிகா."

அப்பாவும், மகளும் திணறிவிட்டார்கள். அப்படி ஒரு உபசரிப்பு!

''அம்மா உங்ககிட்ட பேசி நீங்களே நிச்சயத்துக்கு நாள் குறிங்கன்னு சொல்லத்தான் வந்தோம்.''

ராதிகா குறுக்கிட்டு,

''அப்பா, அம்மா வர்றதா இருந்தாங்க. நானும் வர்றேன்னு சொன்னேன். மூணு பேரா நல்லதுக்கு போக வேண்டாம்னு சொல்லி அம்மா என்னை அனுப்பிட்டாங்க.''

''சந்தோஷம்மா. ரெண்டு பேரும் டிபன் சாப்பிடுங்க.''

''அம்மா நாங்களும் சாப்பிடலை இன்னும்.'' அஸ்வின்.

''எல்லாரும் சாப்பிடலாம்டா.''

''அம்மா நான் உங்களுக்கு உதவி செய்யறேன்.''

''இப்ப அம்மானா கூப்பிட்டே?''

''கூடாதா? உங்க ரெண்டு பேரையும் அப்பா, அம்மானே கூப்பிடட்டுமா? அவருக்கு என்னவோ அது தானே எனக்கும்?''

பாக்யம் அழுது விட்டாள்.

அனைவரும் சாப்பிட உட்கார, ராதிகா பரிமாற, கோயிலுக்கு வந்த சித்தி சிவகாமி உள்ளே நுழைய,

''அடடா ராதிகாவா? ஆச்சரியமா இருக்கே!''

பத்தே நிமிடங்களில் சித்தி மூலம் சேதி பரவ அருகிலிருக்கும் அத்தை, பெரியம்மா என ஏழெட்டுப் பேர் வந்து விட்டார்கள்.

''அத்தே எப்படி இருக்கீங்க! சித்தி மார்க்கெட்டுக்கு போயிட்டு வர்றீங்களா?''

ராதிகா கலகலவென பேச குடும்பமே ஒரு மாதிரி பூரித்து நின்றது. பிரமோத் சகலமும் ரசித்தான்.

"சரி சம்பந்தி! நாளைக்கே நாள் குறிச்சு, உங்களுக்கு தெரிவிக்கிறோம். சீக்கிரம் ராதிகா எங்க வீட்டுக்கு வரணும். காத்துக்கிட்டு இருக்கோம்."

"நிச்சயமா, நாங்க புறப்படறோம்."

"ராதிகா நீ ஆபீசுக்கு போகணுமா?"

"ஆமாம்மா."

"அப்பா அந்தப் பக்கம்தான் போவார். கார்ல உன்னை டிராப் பண்ணுவார்."

"சரிம்மா."

"ராதிகா நான் புறப்படறேன்மா."

ராமசுப்பு புறப்பட்டு விட்டார்.

அதன்பிறகும் ராதிகா கொஞ்ச நேரம் இருந்து விட்டு புறப்பட்டாள்.

குடும்பமே வாசல்வரை வந்து வழியனுப்பியது!

ராதிகாவுக்கு பரவசமாக இருந்தது.

'எப்பேர்பட்ட குடும்பம் எத்தனை ஆசை இவர்களுடன் வாழ குடுத்து வைத்திருக்க வேண்டும்!'

'அம்மாவுக்கு மட்டும் இத்தனை நல்ல மனிதர்களை ஏன் பிடிக்காமல் போனது?'

'என் மேல உயிரையே வைத்திருக்கும் அம்மா, நான் குடியிருக்கப் போவது ஒரு கோயில் என்று ஏன் உணரவில்லை?'

'புரிய வைக்க வேண்டும்.'

"ராதிகா உன் ஆபீஸ் விலாசம் சொல்லும்மா."

"சரிப்பா."

"நிறையப் பேர் உள்ள குடும்பம்னு நீ கவலையேபடாதேம்மா! உன் சுதந்திரம், உன் விருப்பங்கள் எதுவும் இந்த வீட்ல பாதிக்கப்படாது! எங்களுக்கு ரெண்டும் பசங்க, மகளே இல்லை. அந்த குறையையும் சேர்த்து தீர்த்து வைக்கப் போறது நீதான்மா!"

"சந்தோஷம்பா!"

"இப்ப நான் சொல்றது குறைச்சல், வாழ வந்த பிறகு நீயே தெரிஞ்சுப்பே!"

ஆபீஸ் வந்து விட்டது.

"கல்யாணம் முடிஞ்சுதான் வரணும்னு இல்லை! அடிக்கடி வாம்மா! ஒரு போன் போடு, நான் வந்து உன்னை பிக்கப் பண்ணிக்கிறேன்."

"சரிப்பா."

அவர் போய் விட்டார்.

ராதிகா அப்படியே நின்றாள்! அவள் தோளில் கை விழ திரும்பினாள். உடன் வேலை பார்க்கும் சுமதி.

யாரிடமாவது சொல்லி பகிர்ந்து கொள்ள வேண்டும் என ராதிகா துடித்தாள்.

சகலத்தையும் கொட்டித் தீர்த்தாள்.

சுமதி பேசவில்லை.

"கேக்குதா இல்லையா?"

"கேக்குது! எம்.பி.ஏவும் ஒரு லட்சம் சம்பளமும் பேசுது! யாருதான் உன்னைத் தாங்க மாட்டாங்க. இப்ப இருக்கிற மாதிரியே கழுத்துல தாலி ஏறின பின்னாலும் இருக்கும்னு

எதிர்பார்க்காதே! எல்லாருக்குமே இங்கே ரெண்டு முகங்கள் உண்டு ராதிகா! இன்னொரு முகம் மோசமா இருக்கும். ஜாக்கிரதை!''

சுமதி உள்ளே போக, ராதிகா ஆடிப்போய் நின்றாள்.

அத்தியாயம் 6

ராதிகா ஆபீஸ் முடிந்து உள்ளே நுழைந்ததும் பத்மினி கேட்ட முதல் கேள்வி!

"எதுக்காக பிரமோத் வீட்டுக்கு உங்கப்பா கூட நீ போனே? அவர் கூப்பிட்டாரா? நீயா போனியா?"

"நான்தான் போனேன்."

"உனக்கெப்படி தெரியும்?" ராமசுப்பு கேட்க,

"எனக்கு முகத்துல மட்டும் கண்கள் இல்ல, முதுகுலயும் அது உண்டு! என் புள்ளைங்கள அந்த அளவுக்கு நான் கண்காணிச்ச காரணமாத்தான் இன்னிக்கு இத்தனை உசரத்துல அவங்க ரெண்டு பேரும் இருக்காங்க."

"அப்படீன்னா அவங்க முன்னுக்கு வர, அவங்க உழைப்பு, புத்தி, முயற்சி எதுவுமே காரணம் இல்லையாக்கும். எல்லாமே உன்னாலதானா?"

"இதப்பாருங்க அது இப்ப முக்கியமில்லை. நிச்சயம் கூட ஆகலை எதுக்கு அவங்க வீட்டுக்கு நீ போனே? இது மரியாதையா? நம்ம கவுரவத்தை நாமே கெடுத்துக்கிறதா? இதெல்லாம் சுத்தமா எனக்குப் புடிக்கலை ராது!"

"நிறுத்துடி! இவ வந்தப்ப மகாலஷ்மியே வீட்டுக்கு வந்தாச்சுன்னு ஆரத்தி எடுத்து கொண்டாடி இவளை தன் தோள்ல தூக்கிட்டுப் போகாத குறையாதான் குடும்பமே குதூகலிச்சிட்டாங்க! இப்படியொரு சந்தோஷத்தை நான்

பார்க்கலை. எத்தனை வெள்ளந்தியான மனுஷங்க! அந்த வீட்டுக்கு வாக்கப்பட குடுத்து வைக்கணுமே!''

''சரி சரி! ஒரு லட்சம் சம்பளமும், பெரிய உத்யோகமும் உசந்த படிப்பும் இருந்தா விடுவாங்களா?''

''போதும்டி! இவளை விட எல்லா விதத்திலும் உசந்த அந்த பிரமோத்துக்கு இவளைக் காட்டிலும் தகுதியான பொண்ணு கிடைக்காதா?''

''நீங்களே நம்ம மகளை மட்டம் தட்டறீங்களா?''

''ஏன் பத்மினி இப்படி புரிஞ்சுக்காம பேசறே? அவங்க உன் குடியைக் கெடுத்தாங்களா? ஏன் இத்தனை தீவிரமா எதிர்க்கிறே?''

''அதான்பா எனக்கும் புரியலை.''

''புரியலையா? புரிய வைக்கிறேன். பெரிய குடும்பம்! ஆளுமை இருக்கும்! நீ மகாராணியா ஆட்சி செலுத்த முடியாது! எல்லாத்துக்கும் எல்லாரும் கூடி அபிப்ராயம் சொல்லுவாங்க! சகலத்துக்கும் தலையாட்டினா இது இளிச்சவாய்ப் பொண்ணுன்னு ஏறி ஒக்காருவாங்க. தலைக்கு தலை நாட்டாமை செய்வாங்க. இந்த சிரிப்பும், அணைப்பும் வரவேற்பும் மருமகள் ஆன பிறகு இருக்காது!''

'சுமதி சொன்னதும் இதைத்தான்!'

'இது நிஜமா?'

''இதப்பாரு ராதிகா நான் யதார்த்தம் பேசறேன். நான் பாடுபட்டு பொத்திப் பொத்தி உன்னை வளர்த்தது எதுக்கு? நீ சந்தோஷமா வாழணும்ன்னு தானே? என்னை விட உன்மேல அக்கறை உள்ளவங்க யாரு ராதிகா? சொல்லு?''

''அப்படி இல்லைம்மா! அவங்க எதுவும் இல்லாதவங்க இல்லை. நம்மை விட வசதியானவங்க! என் சம்பளம் வந்துதான் சாப்பிடணும்ன்னு ஒரு நிலை அங்க நிச்சயமா

இல்லை! அப்புறமா இந்த அன்பை குறைவா எடை போட வேண்டிய அவசியம் என்ன?''

''நல்லா கேளு ராதிகா! இவ எண்ணம் என்ன தெரியுமா, நீ கல்யாணம் செஞ்சிட்டு புகுந்த வீட்டுக்காரங்களை கழட்டிவிட்டுட்டு தனிக்குடித்தனம் வரணும். இவ வந்து உனக்கு எல்லாம் ஏற்பாடு செஞ்சிட்டு உன் குடும்ப ஆட்சியையும் இவ புடிக்கணும்.''

''உளறாதீங்க!''

''இந்த பிரமோத் குடும்பத்துல உன் ஜம்பம் சாயாதுன்னு உங்கம்மாவுக்குத் தெரிஞ்சு போச்சு! அதான் அந்தக் குடும்பத்துமேல வெறுப்பைக் காட்டி கழட்டி விடப் பார்க்கிறா. நீ உஷாரா இரு! உன் மனசை மாத்திக்காதே!''

பத்மினி நெருப்பைக் கக்கும் தன் விழிகளை ராமசுப்புமேல் பதித்தாள்.

''எரிக்கிறயா? நீ பத்மினியா? இல்லை பத்தினியா? நான் ஏற்கனவே சாம்பல் ஆயாச்சு! இனிமே எரிய எதுவும் பாக்கியில்லை, ராதிகா உறுதியா இரு!''

உள்ளே போய் விட்டார்.

பத்மினி ராதிகாவை பார்த்தாள்.

ராதிகா அருகில் வந்தாள்.

''எனக்கு அவங்க எல்லாரையும் ரொம்ப பிடிச்சுருக்கும்மா! அங்கே வாழ்ந்தா நான் சந்தோஷமா வாழ்வேன். நீயும் முழு மனசா அந்தக் குடும்பத்தை ஏத்துக்கிட்டா நான் சந்தோஷப்படுவேன்மா! ஒரு ட்ரஸ் வாங்கினாக்கூட உன் செலக்ஷனைத்தானே நான் ஏத்துப்பேன்! இந்த முறை என் பக்கம் நீ வாம்மா!''

பத்மினி எதுவும் பேசாமல் உள்ளே போய் விட்டாள்.

முரளி அருகில் வந்தான்.

"என்னடா முரளி அம்மா இத்தனை பிடிவாதமா இருக்காங்க, ஏன்?"

"புரியலை! அம்மாவுக்கு அவங்களைப் புடிக்கலை. ஏன்னு குறிப்பா காரணம் சொல்லத் தெரியலை. எப்பவும் மத்தவங்களையே சார்ந்து இருக்காதே அக்கா உன் விருப்பத்தை செயல்படுத்து!"

இவர்கள் பேசுவதை பத்மினி மறைந்து நின்று கேட்டாள்.

அத்தியாயம் 7

நிச்சயத்துக்கு மூன்று தேதிகளை குறித்துக் கொண்டு நடராஜன், பாக்யம் நேரில் வந்து விட்டார்கள்!

ராமசுப்பு வரவேற்றார். ராதிகாவுக்கு பூரிப்பு. பத்மினி பட்டும் படாமலும் இருந்தாள்.

"உங்களுக்கு எந்தத் தேதி தோதுப்படும் சம்பந்தியம்மா?"

"இன்னும் சம்பந்தி ஆகலையே? என் பொண்ணுக்கு ஒருத் தேதி இடைஞ்சல்! 3வது தேதி சரியா இருக்கும். ஏற்பாடுகளை நாங்க செய்ய அவகாசம் குறைவா இருக்கே?"

"நிச்சயதார்த்தம் எங்க செலவுல நடக்கட்டும்." பாக்யம்.

"எதுக்கு? பெண் வீட்ல நடத்துறதுதானே முறை?"

"அதை நான் மறுக்கலை. நம்ம மனசு தானே காரணம்? நாங்க நடத்தலாம்னு நினைக்கிறோம்."

"இப்படி செய்யலாமா? நிச்சயம், கல்யாணம் எல்லாத்தையும் பாதிப்பாதியாக பங்கிட்டுக்கலாமா?" ராமசுப்பு கேட்க,

"நாங்க தயார்! இனி வரப்போற காலத்துல எல்லாரும் சமம்தான்! பாரங்களை பெண்களைப் பெத்தவங்க மட்டும் சுமக்கக்கூடாது. இது நல்ல யோசனை."

"அப்படின்னா நாலு பேரும் சேர்ந்து உட்கார்ந்தே பட்ஜெட் போடலாம். ஆகற செலவை ஆளுக்குப் பாதியா பங்கு போட்டுக்கலாம்."

பெரும்பாலும் இதைப் பேசியது நடராஜன், பாக்யம், இங்கே ராமசுப்பு!

"சம்பந்தியம்மா எதுவுமே பேசலை. இதுல விருப்பம் இல்லையா?"

"அப்படியெல்லாம் இல்லை. அவரவருக்கு ஒரு மனநிலை இருக்கும். சேர்ந்து பட்ஜெட்போடும் போது சங்கடங்கள் வருமில்லையா?"

"சரி பட்ஜெட்டை நீங்க போட்டுக்குங்க நாங்க அதுக்கு சம்மதிக்கறோம்! என்னங்க?"

"தாராளமா செய்யட்டும் பாக்யம்."

"முதல்ல நிச்சயத்துக்கு பட்ஜெட்! அப்புறமா கல்யாண பட்ஜெட்! இதுல மாப்ளைக்கு நீங்க செய்றதும், பொண்ணுக்கு நாங்க செய்றதும் தனிக் கணக்கு. மண்டபம், சாப்பாடு, மேளம், வீடியோ, வரவேற்பு இந்த மாதிரி பொதுவான சங்கதிகளை பங்கு போட்டுக்கலாம்."

"நல்ல யோசனைங்க" ராமசுப்பு.

"உங்க ஆட்கள் எத்தனை பேர் வருவாங்க கல்யாணத்துக்கு?"

"சொந்த பந்தம் அக்கம், பக்கம், நட்பு, பசங்க ரெண்டு பேரோட ஆபீஸ், வெளிவட்டார நண்பர்கள் எல்லாரும் சேர்ந்து ஆயிரம் பேர் இருக்கலாம்."

பத்மினி வாய் பிளந்தாள்.

"எங்க ஆட்கள் அதிகபட்சம் முன்னூறு! உங்க பக்கம் அதுல மூணு பங்கு செலவை சரிபாதியா பங்கு போட்டா எப்படி?"

நடராஜன், பாக்யம் முகம் சுருங்கி விட்டது.

பாக்யம் சட்டென சிரித்தாள்.

"நியாயமான கேள்வி! அதுக்குத்தான் மொத்தச் செலவையும் நாங்க ஏத்துக்கிறோம்னு சொன்னோம்."

"அதெப்படிங்க! நாங்க இல்லாதபட்டவங்களா? உங்களை செலவழிக்க விட்டுட்டு கட்டின சேலையோட வர எங்க ராதிகா ஒண்ணும் இல்லாதவ இல்லையே?"

ராமசுப்பு பதறிவிட்டார்!

"என்ன பத்மினி மாத்தி மாத்தி பேசறே? எதுக்குமே நீ ஒத்து வரமாட்டியா?"

"என்ன சொல்றீங்க? இப்படி எல்லாத்துக்கும் நான் தலையாட்டணும்னு சொல்றீங்களா?"

அவர்களுக்கு முன்னால புருஷன் என்றும் பாராமல் பத்மினி பேசிவிட, ராமசுப்பு அவமானத்தில் முகம் சுருங்க, ராதிகா டென்ஷனாகி விட்டாள்.

"நீ உள்ளே வாம்மா!"

"எதுக்குடி! என்னை வாயைப் பொத்தி எதுவும் பேசாதேன்னு சொல்லப் போறியா?"

"அய்யோ! இல்லைம்மா."

"சம்பந்தி கோபப்படாதீங்க எதையும் பேசித் தீர்த்துக்கலாம்."

"அது எனக்கும் தெரியும். என் மகள் கல்யாணத்தை சுதந்திரமா நான் நடத்தணும். உங்க அபிப்ராயம் கேட்டு பட்ஜெட் போடவேண்டிய அவசியம் என்ன?"

"அப்படி நாங்க சொல்லலையே? பரஸ்பரம் பேசி முடிவெடுக்க நாங்க தயாரா இருக்கோமே!"

"வேண்டாங்க. நீங்க ஊரைக் கூட்டிட்டு வருவீங்க! கண்டவங்களுக்கெல்லாம் நாங்க தலையாட்டணும்."

நடராஜன் விசுக்கென எழுந்தார்.

"யாரும் கண்டவங்க இல்லம்மா! எங்க ரத்தபந்தங்கள்தான்."

"அதுனால எனக்கு என்னங்க?"

"அம்மா நீ என்ன பேசறே? நான் வாழப்போகும் இடம் அது."

"அதனால நான் எல்லாத்துக்கும் தலையாட்டணுமா? வேண்டாம் ராதிகா! இப்பவே விவாதங்களும், விமர்சனங்களும் அதிகமாகுது! வார்த்தைகள் பிசகிட்டா, இப்ப தள்ளி நின்னு பேசலாம். உன் கழுத்துல தாலி ஏறிட்டா, மாட்டிப்போம்."

"பத்மினி நீ என்ன சொல்ல வர்றே?"

"மனசுக்குப் புடிக்காத இந்த இடத்துல என் மகளை கொடுக்க நான் தயாரா இல்லை."

நடராஜன், பாக்யம் அதிர்ந்து போனார்கள்.

"கொஞ்சம் இருங்க."

பத்மினி உள்ளே போனாள். அவர்கள் தந்த வரிசைத் தட்டுகளை எடுத்து வந்து அடுக்கினாள்.

"நன்றிங்க! எடுத்துட்டுப் போயிடுங்க."

"பத்மினி!" ராமசுப்பு அலறினார்.

"அம்மா எனக்கு இந்த குடும்பத்தை புடிச்சிருக்கும்மா."

"இருடி! பிரமோத்தை நீ பல மாசங்களா காதலிச்சியா? இந்தக் குடும்பத்தை எத்தனை வருஷங்களா உனக்குப் புடிக்கும்? சொல்லுடி?"

"மனசு ஈடுபட ஒரு நாள் போதுமேம்மா."

"உன்னைப் பெத்து 24 வருஷங்களா வளர்க்கிற என்னை விட இவங்க உனக்கு உசத்தியா? சொல்லு? ஆமாம்னா இப்பவே நீ போயிடு! ஊரைக் கூட்டி எதுக்கு கல்யாணம்?"

"பத்மினி! இது காட்டுமிராண்டித்தனம்."

"நீங்க பேசாதீங்க. என் மகளோட வாழ்க்கை என் விருப்பப்படிதான் அமையணும்."

நடராஜன், பாக்யம் இருவரும் எழுந்து விட்டார்கள்.

"நாங்க புறப்படறோம்."

"இந்த வரிசைத் தட்டுக்களை எடுத்துட்டுப் போங்க."

"மன்னிக்கணும்! குடுத்ததை திரும்ப வாங்கற பழக்கம் எங்களுக்கு இல்லை."

"மத்தவங்க பொருள் இலவசமா எங்களுக்கும் வேண்டாம்."

"நீங்க ஏன் இப்படி இருக்கீங்க? ஒரு நல்ல குடும்பத்துல உங்க மகள் வாக்கப்படறதை நீங்களே ஏன் தடுக்கறீங்க? ஒரு நல்ல தாய்க்கு இது அழகா?"

"என் மகளை எங்கே கொடுக்கணும்னு நான் தீர்மானிக்கணும். ஒரு நல்ல தாயா நான் இல்லைனா என் மகள் இத்தனை உயரம் வந்திருக்க மாட்டா. நீங்க போகலாம்."

"அம்மா கொஞ்சம் உள்ளே வாம்மா."

"இல்ல ராதிகா எல்லாம் முடிஞ்சு போச்சு!"

அவர்கள் இருவரும் நொந்து போய் அந்த தட்டுக்களை எடுத்துக் கொண்டார்கள்.

பாக்கெட்டிலிருந்து செக்புக் எடுத்து நடராஜன் கையெழுத்திட்டு,

"மிஸ்டர் ராமசுப்பு அன்னிக்கு நாங்க பதினாலு பேர் சாப்பிட்டதுக்கு ஆன செலவை இதுல நிரப்பிக்குங்க."

"என்னங்க இது?"

"எங்களுக்கு ஓசி டிபன் வேண்டாம். வா பாக்யம்."

செக்கை வீசிவிட்டு அவர்கள் நடக்க, ராதிகா அவர்களை பின்பற்ற,

"ராது உள்ளே போ!" பத்மினி குரல் ஓங்கி ஒலித்தது.

கார் வேகமாக புறப்பட்டது. ராமசுப்பு நின்று பார்த்தார். வேகமாக உள்ளே வந்தார்.

ஒரு பெட்டியில் தன் துணிமணிகளை அடுக்கினார். தன் ஏ.டி.எம். கார்டுகள் தேவையான அயிட்டங்களை சேகரித்தார்.

"ராதிகா, முரளி! நான் போறேன்."

"எங்கேப்பா?"

"எனக்கே தெரியலை! ஆனா இந்த வீட்ல இனி நான் இருந்தா அது எனக்கு கவுரவமில்லை. நான் இங்கே அப்பனில்லை. ஆடு மேய்க்கிறவனை விட மோசம்! இதப்பாரு ராதிகா! உங்கம்மா வேலை பார்க்கலை குடும்பத்தை நடத்தினா! சம்பாதிச்சவன் நான்தான்! எனக்கே இந்த கதினா, இதுக்குமேல நான் பேசத் தயாரா இல்லை! ஆனா ஒண்ணு! இவளுக்கு கும்பிடு போட்டு வாழற நீங்க ரெண்டு பேரும் வாழ்க்கையில கேவலப்பட்டு நிக்கப் போறது நிச்சயம்."

"அப்பா இருங்கப்பா! அவசரப்படாதீங்க!"

"நீதான் அதைச் சொல்ற! அவ வாயைத் திறக்கிறாளா பாரு?"

"யாரோ ஒரு குடும்பம் அமையிலனு கோபப்பட்டு கட்டின பொண்டாட்டி, புள்ளைங்களை உதறிட்டு ஒருத்தர் போறார்னா நான் ஏன் தடுக்கணும்?"

"என்ன ஒரு நெஞ்சழுத்தம் பாரு! இப்பக்கூட உங்க ரெண்டு பேரால அவளை எதிர்க்க முடியலையே?"

ராதிகா நொறுங்கினாள்.

"அப்பா எனக்காக நீங்க இங்க இருக்கணும்" அழுத்திச் சொன்னாள்.

ராமசுப்பு கோபமாக இருந்தாலும் மகளின் சொற்கள் அழுத்தமாக விழுந்ததில் ஏதோ ஒரு செய்தி இருந்தது.

முரளி வந்து அவர் கைகளைப் பிடித்துக் கொண்டான்.

"பிளீஸ்பா உள்ளே போங்க!"

ராதிகா அவர் பெட்டியை உள்ளே கொண்டு போய் வைத்தாள்.

"நான் ஆபீசுக்கு புறப்படறேன்."

அம்மாவிடம் ராதிகா, முரளி இருவரும் இது தொடர்பாக ஒரு வார்த்தை கூடப் பேசவில்லை.

இருவரும் வெளியேறி விட, ராமசுப்பு மொட்டை மாடிக்குப் போய்விட்டார்.

பத்மினி கொஞ்சமும் சலனப்படாமல் நேராக சமையல்கட்டுக்குள் நுழைந்து தன் வேலைகளை கவனிக்கத் தொடங்கினாள்.

"இப்ப நான் பேசறது கசப்பாத்தான் இருக்கும். பெரிய குடும்பம்! பட்ஜெட் பங்கிடலாம், அவங்களே எல்லாம் செய்வாங்களாம். இந்த மாதிரி குடும்பத்துல வாழ்க்கைப்பட்டா காலம் முழுவதும் அடிமையாத்தான் வாழணும். இந்த அம்மாவோட வார்த்தைகள்ல உள்ள நிஜம் போகப் போக புரியும்."

அத்தியாயம் 8

பாக்யம் அழுது கொண்டிருக்க, நடராஜன் கைகளைப் பிசைந்தபடி நிற்க, உறவுகள் அத்தனையும் கூடிவிட்டது.

"அந்தம்மாவுக்கு முதல் நாளே நம்ம குடும்பத்தைப் பிடிக்கலை. அது நம்ம எல்லாருக்குமே தெரியவந்தது."

"ஆமாம் கல்யாணி!"

"என்ன காரணம்? யாருக்கும் ஒரு கஷ்டமும் தராத, பாசத்துக்கு மட்டுமே மதிப்பு தர்ற குடும்பத்தை அவங்க வெறுக்க, என்ன காரணம்?"

"புரியலையே? வரிசைத்தட்டுக்களை திருப்பித்தர்ற அளவுக்கு நாம பாவீங்களா?"

"ஒருவேளை கூட்டமா வாழறது புடிக்கலையோ? அவங்க பொண்ணுக்கு இது பெரும் பாரம்னு நினைச்சிட்டாங்களோ?"

"அதேதான் அண்ணி! புள்ளை இந்த வீட்டுக்கு வந்து அடிமை மாதிரி இருக்கும்னு அந்தம்மா பயந்துட்டாங்க!"

"பெண் பார்க்க இத்தனை பேர் போனது தப்பு!"

"அவளை இழுத்து உட்கார வச்சு கேள்விமேல் கேள்வி கேட்டு, என் உறவுகளை உனக்குப் புடிச்சிருக்கான்னு இவன் வேற கேள்வி கேட்டு, இவையெல்லாம் பயத்தை உண்டாக்கியிருக்கு."

"அதேதான்! இனிமே நாமும் நம்மை மாத்திக்கணும். பொண்ணைக் குடுக்குறவங்க அதிக பட்சம் சம்பந்தியை மட்டும்தான் ஜீரணிப்பாங்க."

"கொஞ்சம் நிறுத்தறீங்களா?" பிரமோத் கூச்சலிட, அத்தனை பேரும் மௌனமாக,

"ஏன் இப்படி புலம்பறீங்க? இவங்களுக்கு புடிக்கலைன்னா, உறவுகளை அறுத்து வீச முடியுமா? சரி! நீங்கள்ளாம் விலகிப் போகலாம்! நாளைக்கே எங்கப்பா, அம்மா, தம்பி என் கூட இருக்கக்கூடாதுனு அவங்கம்மா சொன்னா, இவங்களையும் விரட்ட முடியுமா? சொல்லுங்க பெரியம்மா?"

"அது வேறப்பா! பெத்தவங்க மாதிரி மத்தவங்களை கருத முடியுமா பிரமோத்?"

"எனக்கு எல்லாரும் ஒண்ணுதான். பிறந்தது முதல் உங்க எல்லாருடைய மடியிலேயும் வளர்ந்தவன் நான் பெரியம்மா! உங்ககிட்ட நான் தாய்ப்பால் கூட குடிச்சதா எங்கம்மா சொல்லி எனக்குத் தெரியும்! அந்தப் பாசம் போகுமா?"

பெரியம்மா அழுது விட்டாள்.

"ராஜா! எங்க எல்லார்மேலயும் நீ வச்ச அளவு கடந்த பாசம், உனக்கே பாதகமா முடியக்கூடாதேன்னு நான் கவலைப்படறேன்டா!"

"ஒருக்காலும் ஆகாது. ஏன் கவலைப்படறீங்க? இந்த உலகத்துல ராதிகாவை விட்டா வேற பொண்ணே இல்லையா?"

"அப்படி இல்லைடா! இப்பவும் சொல்றேன்! ராதிகா தங்கமான பொண்ணுதாண்டா! பெத்தவ சரியில்லை. அப்பா கூட அவளே இந்த வீட்டுக்கு வந்தா! அப்பா, அம்மான்னு வாய் நிறையக் கூப்பிட்டா. சூது இல்லை. கண்களில் பாசம் பொங்கி வழிஞ்ச பொண்ணுடா!"

"எல்லாம் சரிம்மா! வீடு தேடிப்போன உங்க ரெண்டு பேரையும் அவங்கம்மா அவமானப்படுத்தி விட்டப்ப, இவ பேசாமதானே இருந்தா!"

"இல்லைடா! பேசத்துடிச்சா! எடுபடலை! கட்டின புருஷனையே அந்தம்மா அவமதிக்கறா. பெத்த பிள்ளை, பொண்களை அவ மதிப்பாளா?"

"நீ வக்காலத்து வாங்காதே! ராதிகா படிச்சு, பெரிய சம்பளம் வாங்கறவ! அம்மாவைத் தட்டிக்கேக்கற தைரியம் கூடவா இருக்காது? அப்படிப்பட்டவ எப்படி இத்தனை பெரிய பதவில இருக்க முடியும்?"

நடராஜன் குறுக்கிட்டார்.

"இல்லை பிரமோத்! நீ புரிஞ்சுக்கலை, அம்மாகிட்ட உள்ள தப்புகள் அவளுக்குத் தெரிஞ்சிருக்கு! எங்க எதிர்ல பெத்த தாயை அவமதிக்க முடியுமா? நாளைக்கு நாம அந்தம்மாவை மதிப்போமா? சொல்லுப்பா! அந்தப் பொண்ணு விவேகமாத்தான் நடந்திருக்கு."

"சரி! என்ன லாபம்? நின்னு போச்சே!"

"இல்லைடா! இது நின்னு போனதா, எனக்குத் தோணலை!"

"என்னம்மா உளர்ற? வரிசைத்தட்டுக்களை திருப்பிவிட்டு, உங்க ரெண்டு பேரையும் அவமானப்படுத்தி, இந்தக் கல்யாணமே வேண்டாம்னு சொன்ன பிறகும், நின்று போனதா எனக்குத் தோணலைன்னு நீ சொன்னா என்ன அர்த்தம்?"

"நான் சொல்லலைப்பா! என் உள் மனசு சொல்லுது, ராதிகாதான் என் மருமகள்ன்னு!"

"உனக்கு மூளை கலங்கிப் போச்சு!"

"பாவம்பா உங்கம்மா."

"இல்லை சித்தி! அம்மாவுக்கு இளகின மனசும், அன்பான குணமும் இருக்கலாம். ஆனா நம்ம குடும்பத்துக்கு ஒரு கௌரவமும், மானமும் இருக்கு! அந்த வீட்ல பெண் எடுத்தா, அதைவிடக் கேவலம் எதுவும் இல்லை! என்னடா தம்பி சொல்ற?"

"நீ சொல்றதுதான் சரி!"

வயதில் மூத்த பந்தங்கள் இரண்டாகப் பிரிந்து பிரமோத் பக்கம் சிலரும், பாக்யம் கட்சிக்கு சிலருமாக விவாதித்தார்கள்.

"அவங்க முறிச்சாச்சு! இனி பேசி லாபமில்லை! அடுத்த முயற்சியை எடுப்போம்."

பிரமோத் எரிச்சலானான்.

"அடுத்த கல்யாண முயற்சியா? ஆளை விடுங்க! ஆறப்போடுங்க! இந்தக் காயம் ஆறாம எதைச் செஞ்சாலும் சரிப்படாது. நான் தயாராவும் இல்லை."

உள்ளே போய் விட்டான்.

"பாவம் பிரமோத் எப்பேற்பட்ட கௌரவமான பதவில இருக்கான்? அவனுக்கு, எந்தக் குறையும் இல்லாத இப்படி ஒரு அவமானத்தை உண்டாக்கின அந்த பத்மினியை கடவுள்தான் தண்டிக்கணும்."

சித்தி சாபமிட்டாள்.

மற்றவர்கள் ஏகமனதாக அதை ஆமோதித்தார்கள்.

அத்தியாயம் 9

ராதிகா தன் அலுவலகத்தில் இருக்க, எதிரே அவளது நெருங்கின தோழி ஷில்பாவும், உடன் வேலை பார்க்கும் நண்பர் காசியும்,

"எப்படிங்க ராதிகா இப்படி இருக்கீங்க?"

"என்ன காசி?"

"நீங்க பச்சப் புள்ளையா? உங்கம்மா என்ன சொன்னாலும் கேப்பீங்களா? உங்களுக்குன்னு ஒரு சுயசிந்தனையே கிடையாதா? ஏன் இப்படி இருக்கீங்க?"

ராதிகா பேசவில்லை.

"உங்களுக்கு பிரமோத், அவர் குடும்பத்தை புடிச்சிருக்கா இல்லையா?"

"நிச்சயமா பிடிச்சிருக்கு."

"உங்க வீட்ல வச்சு, உங்கம்மா அவங்களை அவமானப்படுத்த எப்படி அனுமதிச்சீங்க?"

"நானே எதிர்பார்க்கலை! படிப்படியா பேச்சு வளர, எங்கம்மா அதை சாதுர்யமா பெரிசாக்கி, வரனையே முறிச்சிட்டாங்க!"

"நீங்க குறுக்கே புகுந்திருக்கணும்! உங்களை மகாலஷ்மினு கொண்டாடின ஒரு தாய், தகப்பனை அசிங்கப்படுத்தியிருக்காங்க உங்கம்மா! அதை நீங்க தட்டிக் கேக்கலை! உங்களை நெனச்சா எங்களுக்கே அசிங்கமா இருக்கு ராதிகா!"

"என் பேச்சு எடுபடலை ஷில்பா!"

"எம்.பி.ஏ. படிச்சு பெரிய பதவில இருக்கற உனக்கு இப்படி பேச வெக்கமால்லை?"

"சரி காசி! அம்மாவுக்குப் பிடிக்காத ஒரு பையனை நான் கட்டிக்கிட்டா, பிரச்சனைகள் பெரிசுதானே ஆகும்?"

"ஸோ! உங்களுக்குன்னு விருப்பு, வெறுப்பு எதுவும் இல்லை! நீங்க உங்கம்மாவோட கைபொம்மை. எத்தனை கௌரவமான ஒரு குடும்பத்தை காலடியில் போட்டு மிதிச்சிருக்கீங்க. ஷில்பா! இவங்களை நம்ப முடியாது! இவங்க நட்பே நமக்கு வேண்டாம்! தன் எண்ணங்களைச் சொல்ல முடியாத ஒரு கோழை கூட நட்பு எதுக்கு? குட்பை."

இருவரும் எழுந்து நடக்க,

ராதிகா மிரண்டு போனாள்.

நல்ல நண்பர்கள்! இவர்களால பல நன்மைகளை ராதிகா அடைந்ததுண்டு! ராதிகாவின் மதிப்புக்கு இவர்கள் இருவரின் பங்கு பெரிது!

இன்று தூக்கி எறிந்து விட்டார்கள்.

'எந்தத்தப்பும் செய்யாத ஒரு பிரமோத் குடும்பத்தை அம்மாவால் சுலபமாக அவமானப்படுத்த முடியும் போது, இவர்கள் என்னை அவமானப்படுத்துவதில் தவறில்லை!'

'அம்மாவின் கை பொம்மையாக நான் மாறி என் சுயகௌரவத்தை இழக்கக்கூடாது!'

'பிறந்த வீடு எந்த ஒரு பொண்ணுக்கும் நிரந்தரமல்ல!'

'இதை நான் உணர வேண்டும்!'

'என்னிடம் அன்பு காட்டும், என்னை ஆராதிக்கும் ஒரு புகுந்த வீடு எனக்கு வேண்டும்.'

'அகங்காரம் பிடித்த அம்மாவால், அதை எனக்கு வாங்கித்தர முடியாது!'

யோசிக்க, யோசிக்க ராதிகா உடலில் ஒரு மாதிரி வெப்பம் பரவத் தொடங்கி விட்டது!

நல்ல நண்பர்கள் விலகியது, கண்களைப் பறித்து எடுத்துக் கொண்டு போவதைப்போல!

ஆபீசில் வேலை ஓடவில்லை! பர்மிஷன் போட்டுவிட்டு வீட்டுக்கு புறப்பட்டு விட்டாள்.

'வீட்டுக்குப்போனால், அம்மா முகத்தைத்தானே பார்க்க வேண்டும்!'

என்றும் வராத ஒரு எரிச்சல், சுறுசுறுவென அடிவயிற்றில் புறப்பட்டது.

வெளியே வந்தாள்.

பிரதான சாலைக்கு வந்து ஆட்டோவை அழைத்தாள். வீட்டுக்கே வந்து விட்டாள்.

அப்பா இருந்தார். கதவை திறந்து விட்டு உள்ளே போய் விட்டார். வீட்டுக்குள் தேடினால், அம்மா இல்லை.

அப்பாவிடம் வந்தாள்.

"அம்மா இல்லையாப்பா?"

"தெரியாது!"

"நான் பர்மிஷன்ல வந்துட்டேன்!"

பதிலே இல்லை.

"ஏன்னு கேட்க மாட்டீங்களாப்பா?"

"நீ யாரும்மா? நீ சீக்கிரம் வந்தா எனக்கென்ன! லேட்டா வந்தாத்தான் என்ன! எங்கிட்ட சம்பந்தப்படாதவங்க பற்றி நான் எதுக்கும்மா கவலைப்படணும்?"

"அப்பா நான் உங்க பொண்ணு!"

"அப்படியா? ஸாரிம்மா உன்னை மாதிரி ஒரு பொண்ணுக்கு அப்பாவா இருக்க எனக்கு அசிங்கமா இருக்கு! அதுக்காக நீ கவலைப்படப்போறதில்லை! தாயா, தந்தையா, ஆசானா, ஆண்டவனா, பத்மினினு ஒருத்தி இருக்காளே இந்த வீட்ல! அவ கைல நூலு! அதோட மறுமுனை உங்க இடுப்புல! நான் மனுஷங்க கூட பேசத்தான் விரும்புவேன் பொம்மைகள் கூட பேச எனக்குத் தெரியாது!"

"இப்படியெல்லாம் பேசாதீங்கப்பா!"

"ச்சீ! நிறுத்து! அப்பானு கூப்பிடாதே! எனக்கு யாரும் இல்லை! நான் அனாதை! உறவுகளைச் சொல்லிக்க ஒரு யோக்யதை வேணும்! என் முன்னால நிக்காதே போயிடு!"

ராதிகாவுக்கு அழுகை பீறிட்டது.

"அம்மா அப்படி செஞ்சா, அதுக்கு நான் என்னப்பா செய்வேன்?"

"உன்னை மகாலஷ்மினு ஆராதிச்ச ரெண்டு பேர் அவமானப்பட்டப்ப தட்டிக் கேக்க முடியாத நீ, எனக்கு மகளா இருக்கற தகுதியை இழந்தாச்சு! பெத்த தாயாவே இருந்தாலும் தப்புக்களை தட்டிக் கேக்கறவங்கதான் மனுஷங்க! உன் முகத்துல முழிக்கவே எனக்குப் பிடிக்கலை!"

அவர் விசுக்கென வெளியேற, ராதிகா உடைந்தாள், நிலைகுலைந்தாள்.

'நல்ல நட்பு உடைந்து விட்டது. தகப்பனார் என்னை விட்டு விலகத் துடிக்கறார். தம்பியும் நாளை உதறலாம்!'

'ஏன்?'

'காரணம், என் கோழைத்தனம், பிடிவாதம் பிடித்த ஒரு அம்மாவின் பேச்சுக்கு நான் கொடுத்த மரியாதை, என் அன்புக்கு உரியவர்களை என்னிடமிருந்து பறித்து விட்டது!'

'இந்த நிலை நீடித்தால் நான் தனித்து விடப்படலாம்.'

'அம்மாவின் இந்த ஆதிக்கம் என் வாழ்நாள் முழுக்க ஊடுருவினால் என் கதி என்ன?'

'அம்மாவே நாளை தேர்ந்தெடுத்து ஒரு புகுந்த வீட்டைத் தந்தாலும், அங்கும் அம்மாவின் ஆதிக்கம் தலைதூக்குமே!'

'அது என் கணவனால் ஏற்றுக் கொள்ளப்படுமா?'

'எந்த ஒரு திறமைசாலியும், மாமியார் காலடியில் மண்டிப்போட காத்திருக்க மாட்டான்?'

'இது அத்தனைக்கும் காரணம் அன்பு என்று அம்மா சொல்லிவிடலாம்.'

'அல்ல! இது அன்பு அல்ல வெறி!'

'முத்திப்போன பாசத்தின் உச்சக்கட்ட வெறி!'

'தாய் பேச்சைக் கேட்டு கணவனை விட்டுப் பிரிந்த பெண்கள் பல பேர் இங்கே உண்டு!'

'இறுதியில் அந்தத் தாயை காறித் துப்பிவிட்டு, கணவனும் கிடைக்காமல் ரெண்டுங்கெட்டான் நிலைக்கு தள்ளப்பட்டதும் உண்டு!'

'அந்த முட்டாள் வரிசையில் நான் சேரக்கூடாது! என்ன செய்யணும்?'

'பிரமோத் எனக்கு வேணும். அந்த குடும்பத்துக்குப் போய் நான் வாழ வேண்டும்!'

'அம்மா இதற்கு ஒருக்காலும் சம்மதிக்கமாட்டாள்!'

'அம்மாவால் அவமானப்பட்ட அவர்கள், திரும்பவும் அம்மாவே அழைத்தால் கூட ஏற்றுக் கொள்ள மாட்டார்கள்.'

'பிறகு எப்படி?'

'என்ன செய்ய வேண்டும்?'

'யாரிடம் கேட்பது?'

முரளி - என் தம்பிதான் சரியான ஆள்! என்னைப் போல அவனும் அம்மாவுக்கு கட்டுப்பட்டாலும், வெளிப்படையாகப் பேசும் துணிச்சல் உள்ளவன்.

'அவனிடம் விவாதித்து சீக்கிரம் ஒரு முடிவுக்கு நான் வரவேண்டும்.'

'முரளியிடம் என்ன பேச வேண்டும்?'

தனக்குள் தோன்றும் சிந்தனைகளை ராதிகா அவசரமாக வரிசைப்படுத்தத் தொடங்கினாள்.

அத்தியாயம் 10

மாலை ஆறுமணிக்கு கடற்கரையில் மணலில் உட்கார்ந்திருந்தார்கள் ராதிகாவும், முரளியும். அலை கரைக்கு வேகமாக வந்து கொண்டிருக்க, ராதிகாவின் மனதும் கொந்தளித்துக் கொண்டிருந்தது.

"சொல்லுக்கா!"

முரளிக்கு ஏற்கனவே எல்லாம் தெரிஞ்ச சங்கதிதான். இருந்தாலும், நட்பும், தகப்பனார் பாசமும் கூட தன்னை விட்டு விலகுவதை ராதிகா சொன்னாள். சொல்லி முடித்து விட்டு அழுதாள்.

"முடியலைடா முரளி! அம்மாவோட கட்டுக்குள்ள நாம ரெண்டு பேருமே இருக்கோம். அந்த மிதமிஞ்சின பாசம் நேத்து வரைக்கும் நமக்கு சுகமா இருந்தது! இப்ப அது சுமையா இருக்குடா முரளி!"

முரளி பேசவில்லை.

"எனக்கு பிரமோத்! அவரோட பெத்தவங்க, அந்தக் குடும்பம் மூணும் ரொம்ப புடிச்சிருக்கு! அங்கே போனா நான் சந்தோஷமா வாழ்வேன்னு உறுதிடா முரளி!"

"அப்படீன்னா, அம்மாகிட்ட நீ அதை அழுத்தமா சொல்லியிருக்கணும்!"

"பல முறை சொல்லியும், கேக்கலையே! என் பார்வையை கவனிக்காம, தனக்குப் பிடிக்கலைங்கற காரணத்துக்காக அவங்களை அவமானப்படுத்தினதை நீயும் பார்த்தியே முரளி!"

"நீ அதை அப்பவே எதிர்த்திருக்கணும்கா!"

"மத்தவங்க முன்னால பெத்த அம்மாவை அவமானப்படுத்தறது தப்புன்னு இருந்தேன் முரளி!"

"அதனால அந்தக் குடும்பம் அவமானப்பட்டுதே! கண் முன்னால நாம அவமானப்பட்டும், அதைப் பாத்துட்டு ராதிகா பேசாம இருந்தாளே! அவ நம்ம குடும்பத்துக்கு வேண்டாம்னு அவங்க முடிவுக்கு வந்திருப்பாங்களே!"

"ஆமாண்டா முரளி!"

"அதை நீ எப்படி உடைக்கப் போறே? அந்த பிரமோத் உன்னை ஏத்துப்பார்ன்னு எனக்கு தோணலை!"

"என்னடா முரளி இப்படி சொல்ற? என் நிலைமையைச் சொல்லி அவங்க கால்ல விழுந்தாவது, கெஞ்சிக் கேட்டு அப்பாவையும் கூட்டிட்டுப் போறேன். நீயும் வா!"

"சரிக்கா, மறுபடியும் அம்மா எதிர்ப்பு இருக்குமே!"

"அதை இனி நான் பொருட்படுத்த மாட்டேன்!"

"அக்கா! நான் ஒண்ணு சொல்லட்டுமா, உனக்கு அந்தக் குடும்பம்தான் வேணும்ன்னா, அவங்ககிட்ட அம்மா வந்து மன்னிப்பு கேக்கணும். அப்பத்தான் உன்னை அவங்க ஏத்துப்பாங்க!"

"அது ஒருக்காலும் நடக்காது!"

"நடக்காதுன்னா, அம்மாவை நீ உதறணும், உதறிட்டு, அவங்கதான் எல்லாம்னு அவங்க கால்ல விழணும். இதைச் செய்ய உனக்கு துணிச்சல் இருக்கா?"

ராதிகா வீசும் அலைகளை உற்று பார்த்தாள்.

"அக்கா! ஒரு பொண்ணுக்கு நல்ல புகுந்த வீடு கிடைக்கிறது சுலபமில்லை. உனக்கு கிடைக்கும்னு நம்பிக்கை இருக்கும் போது, உன் விருப்பத்தை, நல்ல மனுஷங்களை மதிக்காத

அம்மாவை நீ உதறினாத்தான் என்ன தப்பு? காலம் முழுக்க அம்மாவுக்கு அடிமையாவே நீ வாழ்ந்துடுவியா? அதுல உனக்கு நிம்மதியும், சந்தோஷமும் இருக்கும்மா?''

ராதிகா மனசுக்குள் முரளி புகுந்து ஆணி அடித்தான்.

"உன்னை விட எனக்குப் பிரச்சனை அதிகம். பச்சக் குழந்தை மாதிரி என்னைக் குளிப்பாட்டி விடறாங்க! அந்த ஸ்பரிசம் எனக்குப் புடிச்சிருக்கு! அந்த மடியும், அந்த மாரோட கதகதப்பும் இப்பவும் என்னைப் பச்சை குழந்தையா வச்சிருக்கு! ஆனா எனக்குன்னு ஒருத்தி வரும் போது புயல் வெடிக்கும்! அப்ப, எனக்கு தைரியம் சொல்லி வெறிபுடிச்ச ஒரு அம்மாகிட்டேயிருந்து என்னை மீட்கப் போறது நீதான். அதனால, தைரியமா காலை எடுத்து வெளிய வை! முதல்ல அம்மாகிட்டயே பேசு! இதமா எடுத்துச் சொல்லு! எதுக்கும் மசியலைன்னா முடிவெடு!''

"சரி முரளி! சஞ்சலப்பட்ட என் மனசுக்கு ஒரு தெளிவை நீ உண்டாக்கிட்டே, சந்தோஷம்டா!''

"அக்கா! இந்த மாதிரி வெறி புடிச்ச அம்மாக்கள் இந்த உலகத்துல உண்டா?''

"இருப்பாங்க என் புள்ளைங்க எனக்கு மட்டும்தான் சொந்தம்னு நெனச்சு, அவங்க நிம்மதியைக் கெடுக்கற அம்மாக்கள் இங்கே நிறைய உண்டு முரளி! அதை உடைக்கணும். நான் இப்பவே பேசிடறேன்!''

இருவரும் மணலை விட்டு எழுந்தார்கள்.

ராதிகா மனசுக்குள் ஒரு திடம் வந்து உட்கார்ந்தது.

எப்படி பேச வேண்டும் என தன் மனசுக்குள் ஒரு ஒத்திகை பார்த்துக் கொண்டாள்.

இருவரும் சாலையை நோக்கி நடந்தார்கள்.

அத்தியாயம் 11

ராதிகா, முரளி இருவரும் முகம் கழுவிக் கொண்டு வர,

"சாப்பிட வர்றீங்களா பசங்களா?"

"பசிக்கலம்மா!"

"மணி எட்டரைடா முரளி! எப்பவுமே நீங்க ரெண்டு பேரும் சாப்பிடற நேரம் தானே? சூடா பூரி போட்டுத் தர்றேன்."

"கொஞ்ச நேரம் போகட்டும்! நீ இப்பிடி வாம்மா! உன் கூடக் கொஞ்சம் பேசணும்!"

"என்ன?"

"முரளி! அப்பாவைக் கூட்டிட்டு வா!"

மொட்டை மாடியில் இருக்கும் அவரை பலவந்தமாக முரளி பிடித்து இழுத்து வந்தான்.

"என்ன ராதிகா?"

"அம்மா! எல்லாருமே அவங்க மனசுக்குப் புடிச்ச வாழ்க்கைய வாழ்ந்தாத்தான், அதுல ஒரு அர்த்தம் இருக்கும். இல்லையா?"

"எனக்கு பிரமோத்தை, அவர் குடும்பத்தைப் புடிச்சிருக்கு! அவரையே எனக்குக் கல்யாணம் செஞ்சு வை!"

பத்மினி முகம் மாறியது.

"பைத்தியமா உனக்கு? அதுதான் இல்லைன்னு ஆயாச்சே?"

"உன்னைப் பொறுத்தவரைக்கும் அப்படி நினைக்கலாம். எனக்கு அப்படி ஆகலாம்மா!"

"உளறாதே! அந்த குடும்பம் வேண்டாம்."

"வேணும்மா! எனக்கு வேணும்! நீ உதறக்கூடிய அளவுக்கு அவங்க உனக்கு எந்த துரோகத்தையும் செய்யலம்மா."

"போதும் ராதிகா! உன்னைப் பெத்தவ நான். உனக்கு எது நல்லது, எது கெட்டதுன்னு எனக்குத் தெரியும். பேசாம இரு!"

"நிறுத்தும்மா! நான் பச்சக் குழந்தை இல்லை. எம்.பி.ஏ. படிச்சிட்டு லட்ச ரூபாய் சம்பாதிக்கிற பெரிய பதவியில இருக்கேன். எனக்குன்னு ஆசைகள், விருப்பு, வெறுப்புகள், தீர்மானங்கள் எல்லாமே இருக்கும். நான் சந்தோஷமா வாழ எது வேணுமோ அதுக்கு நீ சம்மதிக்கணும்! புரியுதா?"

"மிரட்டறியா?"

"இல்லைம்மா! அதை நீதான் செஞ்சுக்கிட்டு இருக்கே! உன் மகள் சந்தோஷமா இருக்கணும்ணு நீ நெனச்சா, பிரமோத் குடும்பத்துக்கு என்னை அனுப்பு."

"எனக்கு உடன்பாடு இல்லை."

"ஏம்மா இப்பிடி பிடிவாதம் பிடிக்கறே?"

"என் மனசுக்குப் பிடிக்கலை."

"வாழப்போறது நீ இல்லை எனக்கு அவங்கதான் வேணும்!"

"இந்த அளவுக்கு நான் சொல்லியும் நீ கேக்கலைனா, என்னை உதறிட்டுப்போ!"

"அப்பக்கூட அந்தக் குடும்பத்துக்கு என்னை அனுப்ப மாட்டேன்னு நீ சொல்றே!"

"ஆமாம்."

"ராதிகா! இதுதான் உங்கம்மா சுபாவம்! அவளுக்கு பிடிக்கலைன்னா, உலகமே தலைகீழா புரண்டாலும் அவ ஒப்புக்க மாட்டா! நான் பல விஷயங்கள்ள என் விருப்பங்களை காவு குடுத்துட்டு, மறத்துப்போய் வாழ்ந்துகிட்டிருக்கேன் தெரியுமா?"

"புள்ளைங்க மனசைக் கலைக்கிறீங்களா?"

"அம்மா! கடைசியா கேக்கறேன். அவங்கிட்ட நீ மன்னிப்பு கேட்டுட்டு, உன் மகளுக்காக அந்தக் குடும்பத்தோட என்னைச் சேர்த்து வைப்பியா? மாட்டியா?"

"மன்னிப்பா? நானா? எதுக்கு?"

"வீடு தேடி வந்தவங்களை அவமானப்படுத்தின நீ, அவங்க வீட்டுக்குப் போய் மன்னிப்பு கேட்டாத்தான், அவங்க என்னை ஏத்துப்பாங்க!"

"சான்ஸே இல்லை. அவங்க உனக்கு வேண்டாம்."

ராதிகா முரளியை பார்த்தாள்.

"நான் சந்தோஷமா வாழணும்னு நீ நினைக்கலை."

"நிறுத்துடி! உனக்கு எது சந்தோஷம் தரும்னு எனக்குத் தெரியும்டி! அதை நான் தேர்ந்தெடுப்பேன். வெட்டிப் பேச்சு பேசாம வேலையைப் பாரு! போ."

பத்மினி எழுந்து போய் விட,

ராதிகா முகத்தில் அனல் வீசியது.

'இத்தனை பிடிவாதமும், ஆணவமும், அகங்காரமும் உள்ள ஒரு அம்மாவா?'

'கணவனும் பெற்ற பிள்ளைகளும் என்றும் தன் சொல்லுக்குள் அடங்க வேண்டும்! அதற்குப் பேர் பாசம் என தப்பு கணக்கு போட்ட ஒரு வெறி பிடித்த தாய்!'

'இந்த கணக்கை உடைக்க வேண்டும்!'

அப்பாவிடம் வந்தாள். குரலைத் தழைத்துக் கொண்டாள்.

"நாளைக்கு நீங்க, நான், முரளி, பிரமோத் வீட்டுக்குக் காலைல எட்டு மணிக்குப் போறோம்பா! பிளீஸ்! எனக்காக வாங்க! வழில பேசிக்கலாம். நான் போன் பண்ணி சொல்லிர்றேன்."

"சரிம்மா!"

நேராக மொட்டை மாடிக்கு வந்தாள்.

டயல் செய்தாள்.

ஒரு இடைவெளிக்குப் பிறகு பாக்யம் எடுத்தாள்.

"பாக்யம் பேசறேன்."

"அம்மா! நான் ராதிகா பேசறேன்."

"எந்த ராதிகா?"

"உங்க மருமகள் ராதிகா!"

பாக்யத்துக்கு சந்தோஷ ரத்தம் உச்சந்தலை வரை பாய்ந்தது.

"நீ... நீ... என்னம்மா சொல்ற?"

"நாளைக்குக் காலைல எட்டு மணிக்கு நான், அப்பா, தம்பி மூணு பேரும் நம்ம வீட்டுக்கு வர்றோம். தயவு செஞ்சு அப்பா, பிரமோத், அஸ்வின், நீங்க நாலு பேரும் இருங்க, கோவப்பட்டு யாரும் வெளிய போயிட வேண்டாம்!"

"சரிம்மா!"

"நேர்ல நான் வந்து உங்க கால்ல விழறேன். போன்ல இப்ப மன்னிப்பு கேட்டுக்கறேன்! என்னை உதறிடாதீங்கம்மா!"

அழுது விட்டாள்.

பாக்யத்தால தாள முடியவில்லை.

"என் கண்ணே! நீ வருவேன்னு என் உள் மனசுல ஒரு நம்பிக்கை இருக்கு! யாரும் அதை ஏத்துக்கலை. ஆனா

என் நம்பிக்கை தவறில்லைன்னு கடவுள் சொல்லிட்டார். நீ அழாதேம்மா! வா பேசிக்கலாம்! நான் இருக்கேன்.''

''தேங்க்யு மா!''

போனை அணைத்தாள். நிம்மதியாக இருந்தது.

'அம்மா வெறுக்கவில்லை! இத்தனை அவமானப்பட்டும் நம்பிக்கை வைத்த ஒரு தாய்!'

'பிடிவாதம் பிடித்த பெற்றவள் பேச்சைக் கேட்டு, நான் மௌனமாக இருந்திருந்தால், அது எத்தனை பெரிய பாவம்? நல்ல காலம் விழித்துக் கொண்டேன்.'

அப்பா ராமசுப்பு மேலே வந்தார்.

தாழ்ந்த குரலில், விபரம் சொன்னாள் ராதிகா.

''எனக்கு உன் அணுகுமுறை புடிச்சிருக்கும்மா! ஆனா இதுல நிறைய சிக்கல் இருக்குமா!''

''எனக்கு அதெல்லாம் புரியுதுப்பா! ஆனா என்ன வந்தாலும் எதிர் கொள்ள நான் தயாராக இருக்கேன். நீங்கதான்பா பக்கபலமாக இருக்கணும்.''

''புள்ளைங்க வாழணும்ன்னு சொல்லி, வாழ விடாம உங்கம்மா தடுக்கறா! நான் எதையும் சொல்லாம, உங்களுக்காக இருக்கிறேன். தெரியுமாம்மா?''

''தெரியும்பா! என் கூட நீங்க இருங்கப்பா. உங்க ஆதரவு மட்டும் எனக்குப் போதும்.''

அதே நேரம் அங்கே பாக்யம் ராதிகா பேசியதை கணவருக்கும், பிள்ளைகளுக்கும் சொல்ல,

நடராஜன், அஸ்வின் நிமிர்ந்து பார்த்தார்கள்.

பிரமோத் பொருட்படுத்தவேயில்லை.

"நாளைக்கு ராதிகா வர்றா! நான் சொன்னேனில்லை! அவ வருவான்னு எனக்குத் தெரியும். அப்படி ஒரு மனசு அந்தப் பொண்ணுக்கு."

"வரட்டும் பேசிக்கலாம்."

பிரமோத் நிமிர்ந்து பார்த்தான். எதுவும் பேசாமல் தொடர்ந்து அவன் சாப்பிட,

"பிரமோத், நீ எதுவும் சொல்லலை!"

"சொல்ல எதுவும் இல்லை! அந்த ராதிகா எனக்கு வேண்டாம். வந்துட்டு போகட்டும்."

"என்னடா பேசற நீ?"

"அவங்க வீட்டுப் படியேறி நீயும், அப்பாவும் நாள் குறிக்கப் போய், அவமானப்பட்டு திரும்பி வந்தது உனக்கு மறந்து போச்சா? வரிசைத் தட்டுக்களைக் கூட அவங்க திருப்பி அனுப்பியாச்சு! அப்புறம் என்னம்மா?"

"இதெல்லாம் ராதிகாவோட தப்பில்லைப்பா!"

"அவளும் அங்கே தானே இருந்தா? அங்கே பேசாம, இங்கே எதுக்கு பேச வர்றா? பேச என்ன இருக்கு?"

"போன்ல அழறாடா மன்னிச்சிருங்கம்மானு கெஞ்சறடா!"

"இவ கெஞ்சுவா! இவங்கம்மா நம்மையெல்லாம் மனுஷங்களாவே மதிக்கமாட்டா! ஏம்மா, இந்த ராதிகாவை விட்டா, இந்த உலகத்துல வேற பெண்ணே இல்லையா?"

நடராஜன் குறுக்கிட்டார்.

"அப்படி சொல்லாதே பிரமோத்! உங்கம்மாகிட்ட பேசிட்டு, வீடு தேடி நாளைக்கு வர்றா!"

"நீங்க பேசுங்க! நான் இருக்க மாட்டேன் இங்கே!"

"தப்பு பிரமோத்! நீயும் இருக்கணும். மத்தவங்க பேச்சை உணர்வுகளை மதிக்கற குணம் நமக்கு வேணும்."

"அந்தம்மாகிட்ட அது இருக்கா?"

"பொண்ணுகிட்ட இருக்கே, என்னதான் பேசறானு பாத்துட்டு, முடிவெடுக்கலாமே? படிச்ச பொண்ணுடா! வீடு தேடி வர்றான்னா, அவளும் மதி கெட்டவ இல்லை! அவகிட்ட எந்தக் குறையும் இல்லை. நமக்கும் பொறுமை வேணும்! நாங்க பேசிக்கறோம் வீட்ல இரு."

அஸ்வின் அருகில் வந்தான்.

"அண்ணே! நாமும் இருக்கலாம். என்னதான் சொல்றாங்கன்னு பாக்கலாமே?"

"சரிடா! நீ சொல்றதுக்காக இருக்கேன்." இருவரும் உள்ளே போய் விட,

"பாக்யம்! அந்தப் பொண்ணு மேல உனக்கு ஈடுபாடு இருக்கறதுல தப்பில்லை! ஆனா நம்ம குடும்பத்துக்குன்னு ஒரு கௌரவம் இருக்கு. அதையும் மனசுல வச்சுக்கோ."

"சரிங்க!"

அத்தியாயம் 12

காலையில் அவரவர் தனியாகப் புறப்பட்டார்கள். யாரும் சாப்பிடவில்லை. பத்மினியிடம் முகம் கொடுத்து பேசவும் இல்லை.

பத்மினி அதைப் பற்றி கடுகளவு கூட கவலைப்படவும் இல்லை. 'எத்தனை நாளைக்கு முறைப்பாங்க! நல்லதைச் சொன்னா இப்பத் தெரியாது! தன்னால வழிக்கு வருவாங்க!'

தெருக்கோடியில் மூன்று பேரும் ஒன்று சேர்ந்தார்கள்.

ஆட்டோவை அழைப்பதற்கு முன்பாக,

"ராதிகா! ஒரு விஷயத்துல நீ திடமா இருக்கணும். உங்கம்மாவை அந்தக் குடும்பம் ஏத்துக்கவே ஏத்துக்காது! அவங்கதான் வேணும்ன்னா, அம்மாவை நீ உதறத் தயாரா இருக்கியா? அதை முடிவு செஞ்சிட்டு, ஆட்டோவை கூப்பிடலாம்!"

முரளி குறுக்கிட்டான்.

"அவங்க உன்னை ஒரு வேளை ஏத்துக்கிட்டாலும், அம்மாவை மீறி அந்த வீட்டுக்கு நீ போகத் தயாரா இருக்கணும்!"

"நான் எல்லாத்துக்கும் தயார் ஆட்டோவைக் கூப்பிடுங்கப்பா!"

"சரிம்மா!"

ஆட்டோ அழைக்கப்பட, மூவரும் அமர்ந்தார்கள்.

எப்போதும் சஞ்சலம் கொண்ட முகத்துக்கு சொந்தக்காரி ராதிகா.

அது மறைந்து இன்று உறுதியான முகம் வந்து விட்டது.

ஆட்டோவில் மூவரும் ஒரு மௌன ஒத்திகை நடத்திக் கொண்டு வந்தார்கள்.

பிரமோத் வீட்டு வாசலில் ஆட்டோ நிற்க,

மூவரும் இறங்கி, தயங்கி நிற்க, நடராஜன், பாக்யம் வாசலுக்கே வந்து விட்டார்கள்.

"வாங்க! மூணு பேரும் வாங்க!"

ராமசுப்பு வேதனையுடன், "எங்க வீட்டைத்தேடி வந்த உங்களை பத்மினி அவமானப்படுத்தினா! எங்களை மரியாதையா நீங்க கூப்பிடறீங்க! இது தூக்கு தண்டனையை விடப் பெரிசு!"

"சேச்சே! அப்படியெல்லாம் சொல்லாதீங்க, உள்ள வாங்க! ராதிகா! இப்பவும் நீ வலது காலை வச்சே வரலாம்!"

ராதிகா வலது காலை உயர்த்த,

"கொஞ்சம் இருங்க ராதிகா! எந்த எதிர்பார்ப்புகளோடயும் வலது காலை நீங்க எடுக்க வேண்டாம். நட்பு முறைக்கு எந்தக் கால் முக்கியம்னு எதுவும் இல்லை" பிரமோத் சொல்ல,

ராதிகா நிமிர்ந்தாள்.

"ஸாரி பிரமோத்! நெனச்சது நடக்கலைன்னா, மகளா இருந்துட்டுப் போறேன்! தாய் வீடு மங்கலம்! அதுக்குள்ளே வலது காலை எடுத்து வைக்கறதுல தப்பில்லை."

சொல்லி விட்டு வலது காலை எடுத்து வைக்க,

பிரமோத் ஆடிப்போனான்.

உள்ளே வந்த ராதிகா, நடராஜன், பாக்யத்தை இழுத்து நிற்க வைத்து காலில் விழுந்தாள்.

"என்னம்மா இதெல்லாம்?"

பிரமோத் குறுக்கே புகுந்தான்.

"ராதிகா! நீங்க மன்னிப்பு கேட்ட காரணமா, எங்கப்பா, அம்மா உங்க வீட்ல பட்ட அவமானம் இல்லைனு போகுமா?"

ராமசுப்பு குறுக்கிட்டு, "அதை நாங்க மறுக்கலை தம்பி!"

ராதிகா வந்து பாக்யத்தின் கைகளைப் பிடித்தாள்.

"என்னால பேச முடியலம்மா!"

"ஏன் அந்த அளவுக்கு என்னைப் பெத்தவங்ககிட்ட நீங்க மரியாதை வச்சிருந்தா, உங்கம்மாவை எதிர்க்க முடியாதா? அப்ப வாய மூடி நின்னுட்டு, இப்ப வந்து கால்ல விழுந்தா என்ன அர்த்தம்? கால்ல விழ வேண்டியது நீங்க இல்லை! உங்கம்மா! விழுவாங்களா?"

"பிரமோத்!"

"அம்மா! அவர் கேக்கறதுல தப்பே இல்லை! நான், நீங்க பட்ட அவமானத்துக்காக கொதிச்சேன். நான் ஏன் மௌனமா இருந்தேன்? மத்தவங்க முன்னால என்னைப் பெத்தவங்களை அவமானப்படுத்தக் கூடாதுன்னு ஒரு தாய்க்கு மரியாதை குடுத்தேன்."

"ஆனா இன்னொரு தாய் அவமானப்பட்டப்ப பாத்துட்டு இருந்தியே?"

"அதுக்கு பரிகாரம் தேடத்தான் இப்ப பறந்து வந்திருக்கேன்."

நடராஜன் நிமிர்ந்தார்.

"மனசு விட்டுச் சொல்றேன். இந்த வீட்டுக்கு வாழ வந்தா மட்டும்தான் நான் சந்தோஷமா இருப்பேன் பிரமோத்!

உங்களை விட, இந்த அப்பா, அம்மாவைத்தான் நான் அதிகமா நேசிக்கிறேன். பெரியம்மா, சித்தி, அத்தைன்னு எல்லாரும் எனக்கு வேணும். தயவு செஞ்சு இந்தக் குடும்பம் என்னை ஏத்துக்கணும் வெக்கத்தை விட்டு நான் கேக்கறேன்."

பாக்யம் உருகி விட்டாள்.

"அப்படியெல்லாம் சொல்லாதே ராஜாத்தி! நீதான் என் மருமகள்னு எப்பவோ நான் முடிவெடுத்தாச்சு!"

"கொஞ்சம் இரும்மா நான் பேசணும்."

ராதிகாவிடம் வந்தான் பிரமோத்.

"உங்கம்மா இதுக்கு சம்மதிப்பாங்களா?"

"மாட்டாங்க. அவங்க சம்மதம் எனக்குத் தேவையில்லை!"

"அப்படியா? உங்கம்மாவை உதறிட்டு இந்தக் குடும்பத்துக்கு நீ வாழ வருவியா?"

"பிரமோத் என்ன பேசற?"

"இரும்மா பேசித்தான் ஆகணும். அம்மாவை உதறிட்டு வர முடியுமா?"

"முடியும். அந்த முடிவை நேத்து ராத்திரியே நான் எடுத்த காரணமாத்தான் இப்ப இங்கே வந்திருக்கேன்."

"அந்த அம்மா?"

ராமசுப்பு உள்ளே வந்தார்.

"வேற வழியில்லைம்மா! இவ சந்தோஷமா வாழணும்னா, இதைத் தவிர வேற மார்க்கமில்லை! நானும் முரளியும், ராதிகாவுக்கு முழு ஆதரவு தரத் தயாரா இருக்கோம்."

"சரி! உங்கம்மா ரகளை பண்ணினா?"

"நான் கவலைப்படலை."

"ஆனா நாங்க...! என் மகள் மனசை இவங்க கலைச்சிட்டாங்க... அது இதுன்னு பிரச்சனை வருமே?"

"பிரமோத்! நான் மேஜர். பெத்தவங்களை மீறி காதல் கல்யாணங்கள் நடக்கலையா? இதையும் அந்த மாதிரி நினைச்சுக்கறது! ஒரு பக்க ஆதரவு மட்டும் இருக்கே! எங்கப்பாவும் கூட இருக்கார்."

"ஆனா, கல்யாணத்துக்கு பிறகு, மனசுல சலனம் ஏற்பட்டு, உங்கம்மா ஞாபகம் வருமா?"

"டேய் என்னடா பேசற நீ? பத்துமாசம் சுமந்து பெத்தவளை மனசுக்குள்ளேயிருந்து வாரி, வழிச்சு தூக்கிப்போட முடியுமாடா?"

"தன் சந்தோஷத்துக்கு, நல்வாழ்க்கைக்கு எதிரா இருக்கறவங்க யாரா இருந்தாலும் தூக்கிப்போடணும்! இதப்பாரு ராதிகா! என்னை பெத்தவங்க வீடு தேடி வந்தப்ப, உங்கம்மா அவமானப்படுத்தின காயம் வாழ்நாள் முழுக்க எனக்கு மறக்காது! உனக்கு நான் வேணும்னா, உங்கம்மாவை நீ முழுமையா உதறணும்! அவங்க தொடர்பே உனக்கு இருக்கக்கூடாது! இதற்கு நீ சம்மதிச்சா, முழு மனசோட சம்மதிச்சா, மேற்கொண்டு பேசலாம்."

நடராஜன், பாக்யம் இருவரும் பதற,

ராதிகா அப்பாவிடம் வந்தாள்.

மகளின் கைகளை அவர் பிடித்துக் கொண்டார்.

"பிரமோத் சொல்றதுல தப்பே இல்லை. நீ ஒரு பொண்ணு! கழுத்துல தாலி ஏறினாத்தான் மதிப்பு! உங்கம்மாவை உதறி அது ஏறணும்னு விதியிருந்தா, அதுக்கு நீ உடன்பட்டுத்தான் தீரணும். தாட்சாயினி கதை முடியல! உன் வழியில அது தொடருது. இங்கே தட்சனுக்கு பதிலா உங்கம்மா. சரின்னு சொல்லும்மா."

முரளியைப் பார்த்தாள்.

''சம்மதம்னு சொல்லுக்கா!''

திரும்பி பிரமோத்திடம் வந்தாள்! தீர்க்கமாகப் பார்த்தாள்.

திரும்பி பாக்யத்திடம் வந்தாள்.

''இனிமே இவங்கதான் எனக்கு அம்மா!''

பிரமோத், ராதிகாவின் கைகளைப் பற்றிக் குலுக்கினான்.

அத்தியாயம் 13

மாலை நேரம் அந்த ஆலயத்தில் அப்பா, ராதிகா, முரளி மூவரும் கூடியிருந்தார்கள்.

"அப்பா! பிரமோத்தைக் கல்யாணம் செஞ்சுக்கப் போறேன்னு நான் அம்மாகிட்ட சொல்லணுமா?"

"என்ன ராதிகா? வேதாளம் திரும்பவும் முருங்கை மரம் ஏறுதா? எல்லா முடிவுகளையும் எடுத்த பிறகு, இப்படி கேட்டா என்ன அர்த்தம்?"

"அப்பா! என்னைப் புரிஞ்சுகங்க! முடிவுல எந்த மாற்றமும் இல்லை! நடக்கப் போறதை சொல்லிட்டே செஞ்சா என்ன? நான் மேஜர்பா! என் முடிவுகளுக்கு யாரையும் நான் கேக்க வேண்டாமே!"

"என்ன பேசற நீ? நானும் பிரமோத்தும் கல்யாணம் செஞ்சுக்கப் போறோம்! நீ வான்னு கூப்பிடுவியா?"

"ஆமாம்!"

"வருவாளா?"

"இஷ்டமில்லனா, வர வேண்டாம்! கூப்பிடாம செஞ்சுகிட்டானு கெட்ட பேர் வேண்டாமில்லையா?"

"ராதிகா! அவளுக்குப் பிடிக்காத ஆள்கள், அத்தனை சுலபமா நடக்க விடுவாளா? அவ பிடிவாதமும் கோபமும் உனக்குத் தெரியாதா? இதைத் தடுக்க அவ முயற்சி செஞ்சா?"

"நாம பொறுத்துக்கிட்டு இருப்போமா?"

"என்ன பேசற? தற்கொலை வரைக்கும் அவ தீவிரமா போறானு வை! சாகட்டும்னு விட்டுட்டு கல்யாணம் செஞ்சுப்பியா? உலகம் உன்னைப் பழிக்காதா? இவ எடுக்கற முடிவுல பிரமோத் குடும்பமும் சேர்ந்து பாதிக்கப்படாதா? நாலு பேர் நல்லதைப் பேசினா, எட்டு பேர் தப்பா பேச மாட்டாங்களா? இங்கே எல்லாமே அப்படித்தான் நடக்குதா?"

முரளி குறுக்கிட்டான்.

"அப்பா சொல்றதுல நியாயம் இருக்குக்கா! சில பேர் தனக்குப் பிடிக்குதுனா, அடாவடி, அராஜகத்துல இறங்குவாங்க. அம்மாவும் அந்த ரகம்தான். இன்னொரு குடும்பம் சம்பந்தப்பட்டிருக்கே, அவங்களை திரும்பவும் அம்மா அசிங்கப்படுத்தினா?"

ராதிகா கலக்கத்துடன் பார்த்தாள்.

"பின்ன எப்படிப்பா கல்யாணம்?"

"ஏன் உங்கம்மா இல்லாம அது நடக்காதா? முடிச்சிட்டு வந்து கால்ல விழு. என்ன செய்வா?"

"அதிலங்கப்பா! இதே ஊர்ல துளி கூட சந்தேகமில்லாம இதை நடத்த முடியுமா?"

"கவனமா செய்யணும்! இதுல பிரமோத் குடும்பத்தோட போகணும்!"

"அவங்க நல்ல அந்தஸ்த்துல இருக்கும் போது ஒரு ரகசிய கல்யாணத்துக்கு உடன்படுவாங்களா?"

"விவாதிக்கலாம் ராதிகா! எல்லோர் சம்மதத்தோடவும் ஒரு நல்ல வழியை தேடலாம்!"

"ரொம்பக் கவலையா இருக்குப்பா!"

"பார்த்தியா? மகள் ஆசைப்பட்டதை ஒரு தாய் நிறைவேத்தி வைக்கத் துடிக்கணும். உங்கம்மாவுக்கு பயந்து நாம யோசிக்கறோம்! இப்ப புரியுதா? சரி விடு! இன்னிக்கு இது போதும். நான் பாத்துக்கறேன். உன்னை உன் மனம் போல வாழ வைக்க நான் இருக்கேன். தைரியமா இரு!"

அவரவர் வேறு வேறு நேரத்தில் மாலையில் வீடு திரும்பினார்கள்.

"என்னங்க! தரகர் கொண்டு வந்த ஒரு பையன் ஜாதகம் பிரமாதமா பொருந்தியிருக்கு! நாளைக்கு பேசலாமா?"

ராமசுப்பு பதிலே சொல்லவில்லை.

"உங்களைத்தான்!"

ராதிகா வெளியே வந்தாள்.

"எனக்கு வேண்டாம்!"

"நீ இன்னும் ஆளையே பாக்கலை! நாங்க பெரியவங்க பேசல, அதுக்குள்ளே எப்படி வேண்டாம்னு சொல்லுவே?"

"நீ பாக்கற பையனை நான் ஏத்துக்கணும்னு அவசியமில்லை."

"எதிர்ப்பா? அந்த பிரமோத்தை வேண்டாம்னு நான் சொன்னதுக்கு பதிலடியா?"

"ஆமாம்."

"அவனை ஒருக்காலும் நீ கல்யாணம் செஞ்சுக்க முடியாது."

ராமசுப்பு நெருங்கினார்.

"ஏன் முடியாது பத்மினி! அவளுக்கு புடிச்ச ஒருத்தனை நல்ல குடும்பத்து பையனை அவ ஏன் கல்யாணம் செஞ்சுக்க கூடாது? இது தப்பு பத்மினி! நீ உன் மனசை மாத்திக்கிட்டு அவ விருப்பத்தை நிறைவேற்று. ஒரு நல்ல அம்மா வா மாறப்பாரு."

"வாய்பே இல்லை."

"சரி விடு. எனக்கு கல்யாணமே வேண்டாம்."

"எத்தனை காலத்துக்கு?"

"நீ சாகறவரைக்கும்."

"ராதிகா என்ன பேசற?"

அலறி விட்டாள் பத்மினி.

ராமசுப்பு உள்ளுக்குள் சபாஷ் போட்டார்.

"நான் உன் அம்மா! இப்படியா பேசுவே நீ?"

"தப்பென்ன? நீ செத்த பிறகுதான் என் விருப்பம் நிறைவேறும்! சொல்லக் கூடாதா?"

"பத்மினி! ஒரு தாய்க்கு இதுக்குமேல மரண அடி யாரும் தரமுடியாது. இதுக்குமேலயும் நீ பிடிவாதம் பிடிச்சா நீ மனுஷியே இல்லை."

"உங்க பாராட்டும், அங்கீகாரமும் எனக்கு வேண்டாம். இவளை எப்படி வழிக்கு கொண்டுவரணும்னு எனக்குத் தெரியும்."

ராதிகா பேச வாய்திறக்க, ராமசுப்பு ஜாடை செய்ய, ராதிகா வாயை மூடிக்கொண்டாள்.

உள்ளே போய்விட பத்மினி ராமசுப்புவிடம் வந்தாள்.

"இதப் பாருங்க! அவ மனசை நீங்க ரொம்ப கெடுத்துட்டு வர்றீங்க. இது நல்லதுக்கில்லை. என் புள்ளைங்களை என் மனம் போல வாழ வைக்க எந்த எல்லைக்கும் நான் போவேன்."

"ஒண்ணு நிச்சயம் டீ! நீ சராசரி பெண் இல்லை."

"இப்ப புரியுதா."

"முத்தின பைத்தியம்!" தெளிவா இருக்கிற ஒரு தாய் உப்பு பெறாத சங்கதிக்கு இத்தனை தீவிரமா இருக்கமாட்டா! முதல்ல உன்னை மென்டல் ஆஸ்பத்திரியில் சேர்த்துட்டுத்தான் ராதிகாவுக்கு வரன் பாக்கணும்."

ராமசுப்பு வெளியேற,

பத்மினி நிலை குலைந்து நின்றாள்.

'இவர்கள் யாருக்குமே புத்தி இல்லையா? பெரிய குடும்பத்தில் வாழ்க்கைபட்டு ஒரு மகள் கஷ்டப்படக் கூடாதே என ஒரு அம்மா நினைப்பது தப்பா? தாய் பாசம்னா என்னனு இங்கே யாருக்கும் தெரியாதா?'

'தெரியவைக்கிறேன்.'

சில நிமிடங்களில் பத்மினி வெளியே புறப்பட்டு போக ராமசுப்பு மகளிடம் வந்தார்.

"இப்ப பாத்தியா? உனக்கு வரன் பாக்க தொடங்கிட்டா. இவள மாதிரி ஒரு அம்மா கூட நீ இருந்தா கொலை வெறி வரும் உனக்கு. சீக்கிரம் உன்னை புகுந்த வீட்டுக்கு அனுப்பணும்."

"ஆமாம்ப்பா!" முரளி ஆமோதிக்க,

"இப்படி ஒருத்தியை பிரிய நீ கொஞ்சமும் வருத்தப்பட வேண்டாம் ராதிகா! நான் பார்த்துக்கரேன்."

"சரிப்பா!"

ராமசுப்பு டயல் செய்ய பிரமோத் அப்பா நடராஜன் போனை எடுத்தார்.

"நாளைக்கு உங்கள் வீட்டுக்கு நாங்க வர்றோம். கலந்து பேசி தேதியை குறிக்கணும்!"

"உங்க சம்சாரம்?"

"அவ முக்கியமில்லை. ராதிகா – பிரமோத் கல்யாணம் நடக்க என்ன வேணும்னாலும் செய்யலாம். நேரில் பேசிக்கலாம்."

"சரி சம்பந்தி!"

✳✳✳

"அவ முக்கியமில்லை. ராதிகா – பிரமோத் கல்யாணம் நடக்க என்ன வேணும்னாலும் செய்யலாம். நேரில் பேசிக்கலாம்."

"சரி சம்பந்தி!"

அத்தியாயம் 14

பிரமோத் குடும்பம், ராமசுப்பு, ராதிகா, முரளி அனைவரும் ஒன்று சேர்ந்திருக்க தன் மனைவியின் சமீபத்திய நடவடிக்கை வரை சொல்லி முடித்தார் ராமசுப்பு.

"இதை நடத்த விடுவாங்களா அந்தம்மாள்?" நடராஜன் கேட்க,

"உள்ளூர்ல நடந்தா ரகளை பண்ணுவா!"

"அதுக்கு நாம பயப்படணுமா?"

"தனி ஒரு மனுஷிக்காக இத்தனை பேர் கவலைப்படணுமா? அவங்களை கல்யாணம் நடக்கிற இடத்துக்குள்ளே விடாம தடுக்க ஆள் இருக்கு." பிரமோத் சொல்ல,

"நிறுத்து பிரமோத்! நீ சொல்ற மாதிரி செய்ய அவங்க மூணாவது மனுசங்க இல்லை. முகம் தெரியாத எதிரி இல்லை. ராதிகாவோட அம்மா. அவங்கள வாசல்ல தடுத்து நிறுத்திட்டு இங்கே கழுத்துல தாலி ஏறும் போது ராதிகா மனசு எப்படி துடிக்கும் தெரியுமா? பெண் மனசு உனக்கு புரியாதுடா பிரமோத்" பாக்கியம் உடைந்த குரலில் உணர்ச்சிவசப்பட்டு பேச,

"பின்ன என்னம்மா செய்யச் சொல்ற? அந்தம்மாவுக்கு பயந்து கல்யாணமே வேண்டாம்னு சொல்றியா?"

"இல்லைடா! கல்யாணமும் நடக்கணும், வம்பும் கூடாது. ராதிகாவோட குடும்பத்தோட போராட்டத்தை புரிஞ்சுக்கிட்டு இப்ப நாமதான் ஒத்துழைப்பு தரணும்."

சொன்னது நடராஜன்.

ராமசுப்பு, ராதிகா நெகிழ்ந்து போயிருந்தார்கள்.

"என்ன செய்யலாம் பாக்கியம்? நீயே சொல்லு?"

"கல்யாணத்தை திருப்பதியில் நடத்திடலாம்!"

"என்னம்மா நீ?"

"இரு பிரமோத்! நீ பிறந்ததும் முடிகாணிக்கை, எடைக்கு எடை நாணயம், அங்கபிரதட்சணம்னு பெருமாளுக்கு நிறைய வழிபாடுகள் செஞ்சிருக்கோம். நம்ம குல தெய்வமும் பெருமாள்தான்! உன் கல்யாணம் அங்கே நடக்கணும்னா, யாரால மீற முடியும்?"

"சரி! ஏற்பாடுகள் நிறைய இருக்கே?"

"கூட்டம் சேர்க்க வேண்டாம். நம்ம உள்வட்டாரம் மட்டும்... அதிகபட்சம் இருபது பேர். இவங்க குடும்பம்..."

"நாங்க மூணே பேர்தான் நாலாவது பேருக்குத் தெரிஞ்சா, பத்மினிக்கு தகவல் போயிடும். மூணு பேரும் ரெண்டு நாள் வீட்ல இல்லைனா சந்தேகம் வரும். முரளி கூட வேண்டாம். நானும் என் மகளும் மட்டும்."

"ஆக மொத்தம் அதிகபட்சம் 25 பேர்தானே?"

"என் நண்பர்கள் யாரையும் கூப்பிட வேண்டாமா?"

"இங்கே வந்து பிரம்மாண்டமா வரவேற்பு குடு!"

"அதை தடுக்க மாட்டாங்களா?"

"ராதிகா கழுத்துல உன் தாலி ஏறிட்டா, அந்தம்மா வாய மூடிரும்! எந்த ஒரு தாயும் நடந்த கல்யாணத்தை இல்லைனு சொல்லமாட்டா! அப்புறமா பிரச்சனையே இல்லை டா!"

பிரமோத் பேசவில்லை.

"என்ன ராதிகா! இது சரியா?"

"நீங்க என்ன சொன்னாலும் எனக்கு சரிம்மா."

"சம்பந்தி நீங்க என்ன சொல்றீங்க?"

"அற்புதமான ஐடியா! நானும் என் பொண்ணும் மட்டும்னா பிரச்சனை இல்லை."

"என் தம்பி கூட இல்லையாப்பா?"

"அக்கா! இப்ப நான் முக்கியமில்லை உன் கல்யாணம்தான் முக்கியம்."

"சரி! தேதிகள்?"

பாக்கியம் குறித்து வைத்த மூன்று தேதிகளை எடுத்தாள்.

"வர்ற 22ம் தேதி வெள்ளிக்கிழமை அற்புதமா இருக்கு! வசதிப்படுமா? நடுவுல ஒரு வாரம்தான் இருக்கு."

"நாங்க தயார்! கல்யாணச் செலவுக்கான பணத்தை எடுத்துட்டு வந்து நான் குடுக்கறேன். நீங்க நடத்துங்க!"

"இப்பப் பணம் முக்கியமில்லை. பெரிய தொகை எடுக்கறது உங்க மனைவிக்கு தெரிஞ்சு, மறைக்க நினைச்சது முடியாம போக வேண்டாம்! விட்ருங்க."

பிரமோத் திரும்பினான்.

"ஒரு தனி ஆளை அடக்க முடியாம இத்தனை பேர் ஒளிஞ்சு மறைஞ்சு கல்யாணம் செய்யறது அசிங்கமால்லை?"

"தம்பி! யானை பெரிசுதான். காதுல ஒரு பூரான் நுழைஞ்சிட்டா, அதோட கதி என்ன? தன் விஷத்தால் பெரிய உருவத்தை அதால சாய்க்க முடியாதா? மனித பலம் ஆக்கத்துக்கு பயன்படாதபோது ஒளிஞ்சுதான் நடத்தணும்! வேற வழியில்லை!"

"பிரமோத்! நாம எந்தத் திருட்டுத்தனமும் செய்யல. ஒரு நல்ல பெண் நம்ம குடும்பத்தை நேசிக்கறவ, நம்ம

குடும்பத்துக்குத் தோதா இருக்கறவ நம்ம வீட்டுக்கு வாழ வர்றதுக்காக கொஞ்சம் வளைந்து குடுக்கறோம். அவளோதான்!''

"சரிம்மா! ஆனா அந்தம்மாவோட தொந்தரவுகள் ராதிகா இந்த வீட்டுக்கு வந்த பிறகும் தொடர்ந்தா, வளைந்து குடுக்க நான் தயாரா இருக்க மாட்டேன். அப்புறம் நீங்க யாரு சொன்னாலும் கேக்கவும் மாட்டேன்."

ராதிகா அருகில் வந்தாள்.

"உங்க மனைவியை கேள்வி கேக்கவோ, கட்டுப்படுத்தவோ, உங்களைத் தவிர யாருக்கும் உரிமை இல்லை பிரமோத்!"

"இதை விட அழகா, புத்திசாலித்தனமா உனக்கு யாரும் பதில் சொல்லியிருக்க முடியாதுப்பா! சம்பந்தி, எல்லா ஏற்பாடுகளையும் நாங்க செஞ்சுக்றோம்!"

ஒரு பத்மினியின் அடாவடியால், ஊர்மெச்ச நடக்க வேண்டிய கல்யாணம் ரகசியமா நடக்கப் போகிறது.

அத்தியாயம் 15

22ம் தேதிக்கு இன்னும் நாலே நாட்கள்தான் இருந்தது. கடந்த பதினோரு நாட்களாக யாரும் எதுவும் பேசவில்லை.

தகப்பனும், பிள்ளைகளும் தன்னை புறக்கணிக்கிறார்கள் என்பது மட்டுமே பத்மினிக்குத் தெரிந்திருந்தது.

பிரமோத் குடும்பம் எல்லா ஏற்பாடுகளையும் செய்து விட்டு ராமசுப்புக்கு தகவலும் கொடுத்து விட்டது.

நடுவில் நாலே நாட்கள்!

அன்று காலை ராமசுப்பு ஒரு சண்டை ஆரம்பிக்க முடிவெடுத்து சாப்பாடு படுமோசம் என ஆரம்பிக்க, பத்மினி கடுப்பாகி விட்டாள்.

"முரளி! சாப்பாடு நல்லால்லையா?"

"அப்பா தைரியம் எனக்கு இல்லம்மா நீ என்ன செஞ்சாலும் நாங்க தலையாட்டணுமே!"

"என்னடா பேசற நீ?"

"பாவம் அந்தப் பையன்! நானே இருபத்தி ஆறு வருஷம் கழிச்சுத்தானே வாய் திறக்கறேன்!"

"என்னை அசிங்கப்படுத்த முயற்சியா?"

"எங்களுக்கு அதெல்லாம் வராதும்மா! அவமானப்படுத்தறது, தூக்கி எறியறது, மத்தவங்க முகத்துல அடிக்கறது இதெல்லாம் உன் பிறந்த வீட்டு சொத்து!"

"தேவையில்லாம என் மனுஷங்களை இழுக்காதிங்க! உங்க லட்சணத்துக்கு நான் கிடைச்சதே ஜாக்பாட் மாதிரி!"

ராதிக்கா குறுக்கே புகுந்தாள்.

"அப்பாவுக்கு என்ன குறைச்சல்? உன்னை மாதிரி ஒரு ராட்சசிக்கு வாக்கப்பட்டதுக்கு அவருக்கு தேசிய விருது தரலாம்!"

"யாருடி ராட்சசி?"

"நான் உண்மையைத் தானே சொன்னேன்?"

வாக்குவாதம் தடிக்க, பத்மினி கை ஓங்க, ராதிகா பிடித்து விட்டாள்.

"நான் பச்சக் குழந்தை இல்லை! அடிக்க கை ஓங்கறியா? திரும்ப நான் ஓங்கினா, தாங்குவியா?"

"என்னடி சொன்ன?"

கலேபரம் பெரிதாக, ராமசுப்பு துணிமணிகளை எடுத்து திணித்து பெட்டியை எடுத்து விட்டார்.

"ராதிகா, முரளி நான் போறேன்."

"நாங்க தடுக்கலப்பா இத்தனை காலம் இந்த வீட்ல நீங்க இருந்ததே பெரிசு. எங்களுக்கு கல்யாணம் காட்சினு எதுவும் நடக்கப் போறதில்லை! நீங்க எதுக்கு? புறப்படுங்க."

"அந்த ஆள் போனா நான் வாழ மாட்டேனா?"

"நாங்க போனாலும் நீ இருப்பே."

"போங்களேண்டி" ராதிகா உள்ளே போய் ஒரு பெட்டியை எடுத்தாள்.

"அப்பா நானும் உங்க கூட வர்றேன். எங்க கம்பெனி கெஸ்ட் ஹவுஸ் காலியா இருக்கு. தற்காலிகமா அங்கே இருப்போம்! வாங்க."

"நீ போகலையாடா?"

"இல்லைம்மா!"

"அவன் என் மகன், போக மாட்டான்."

"அவனும் போவான். நாங்க போனா, பரிதாபப்பட்டு திரும்பி வருவோம். அவன் திரும்பியே வரமாட்டான். வா ராதிகா."

இருவரும் வாசலை நோக்கி நடக்க,

"அம்மா! போறாங்களே ரெண்டு பேரும், யாராவது ஏதாவது கேட்டா?"

"நான் ஊருக்கு பயப்படலை முரளி! நீ உள்ள போ!"

முரளி அம்மாவின் முதுகுக்கு பின்னால் நின்று சிரித்தான்.

"இதப்பாரு! நாங்க ராதிகா கம்பெனி கெஸ்ட் ஹவுஸ்லதான் இருப்போம். புரியுதா?"

"உங்களைத் தேடி நான் வரமாட்டேன். நீங்க ரெண்டு பேரும்தான் என் கால்ல வந்து விழுவீங்க! எத்தனை பேரை பார்த்திருப்பேன் நான்!"

இருவரும் வாசலுக்கு வந்து விட்டார்கள்.

"அப்பா! திட்டம் போட்டு, வீண் சண்டைக்கு இழுத்து, வெளியே வந்துட்டோம். இப்ப என்ன செய்யப் போறோம்?"

"இரு!"

ராமசுப்பு போன் போட்டு விஷயம் சொல்ல,

"ரெண்டு பேரும் நம்ம வீட்டுக்கு வந்துருங்க. இங்கே மேற்கொண்டு பேசிக்கலாம்."

இருவரும் பிரமோத் வீட்டுக்கு வந்து விட்டார்கள்.

"நாளை மறுநாள் எல்லாரும் திருப்பதிக்கு புறப்படறோம். மாடில உங்க ரெண்டு பேருக்கும் ரூம் தயாரா இருக்கு."

"ரொம்ப நன்றிங்க. ஒரு பேய், மனைவியா வந்து வாச்சிருக்கு. என்னால அடக்க முடியலீங்க! இதுக்காக நான் மத்தவங்க முன்னால தலைகுனிந்து நிக்கறேன்!"

ராமசுப்பு குரல் கரகரத்தது.

நடராஜன் அருகில் வந்தார்.

"இதப்பாருங்க அடக்க முடியாத ஆம்பளைனு நீங்க வேதனைப்படவே வேண்டாம். ஒரு பெண் அடங்கமாட்டேன்னு அவ முடிவெடுத்துட்டா, கடவுளால கூட அவளைக் கட்டுப்படுத்த முடியாது. நாமெல்லாம் படிச்சவங்க. அடிச்சுக்கிட்டு வீதில நிக்க முடியுமா? சமூகத்துல தனக்குள்ள கௌரவத்தை காப்பாற்றத்தான். எங்களுக்குப் புரியுது சம்பந்தி!"

பிரமோத் அருகில் வந்தான்.

"மாமா! கல்யாணம் முடிஞ்சு நீங்களும் ராதிகா கூட வந்துடுங்க இந்த வீட்லயே நீங்க இருக்கலாம்."

"ரொம்ப நன்றி மாப்ளே! இப்படி ஒரு சொல் கேட்க, நான் குடுத்து வச்சிருக்கேன்."

"என்ன பேசறீங்க? இது உங்க மகளோட வீடு. ராதிகா வீடுனா, உங்க வீடுதானே? அப்புறமென்ன?" பாக்கியம் சொல்ல,

ராதிகா கண்கலங்கி விட்டாள்.

"சரி! ரெண்டு பேரும் முதல்ல, முகம் கழுவிட்டு சாப்பிட வாங்க! நடுவுல மூணு நாள் கூட இல்லை நிறைய வேலைகள் இருக்கு புரியுதா?"

அப்பா, மகள் இருவரும் ரசித்து, ருசித்து சாப்பிட்டார்கள். மாடிக்கு வந்தார்கள்.

"அப்பா! இப்பக் கூட எனக்கு திக்திக்னு இருக்குப்பா. அம்மாவுக்கு சந்தேகம் வந்து யோசிக்கத் தொடங்கிட்டா?"

''சான்ஸே இல்லம்மா! நான் தொடங்கின சண்டை யதார்த்தமாக வளர்ந்து இங்கே கொண்டு வந்து விட்டிருக்கு. மேலும் முரளியை எதுக்கு அங்கே விட்டு வச்சிருக்கோம். அம்மாவோட செயல்ல ஒரு சின்ன சந்தேகம் வந்தாலும் அவன் நமக்குத் தகவல் குடுத்துடுவானே? நாம உஷாராயிடலாம் இல்லையா?''

''எதுக்குப்பா இத்தனை எதிர்ப்பு?''

''நல்ல கேள்விமா! அவ குணம் அப்படி. யாருக்குமே புத்தி இல்லை, அது அவளுக்கு மட்டும்தான்னு அவ நினைக்கறா! அவ கொடியே சாகற வரைக்கும் பறக்கும்னு நம்பறா! என் புருஷன், புள்ளைங்களுக்கு தனிச்சு வாழ்ற சாமர்த்தியம் போதாதுனு தீர்மானமா நம்பறா!''

''எப்படிப்பா?''

''அவ தனக்குத் தானே ஒரு சின்ன வட்டத்தைப் போட்டுக்கிட்டு, அதுல நம்ம மூணு பேரையும் சிறை வச்சிட்டதா நெனச்சு இறுமாப்பா இருக்கா! இந்த உலகம் ரொம்பப் பெரிதுனு அவளுக்குப் புரியல!''

''புரியுமாப்பா?''

''தெரியலைமா! சில பேர் புரிஞ்சுகிட்டு மனசை மாத்திக்கறாங்க, சந்தோஷமா இருக்காங்க. உங்கம்மாவுக்கு அந்தப் பக்குவம் என்னிக்கும் வராதுனு எனக்குத் தோணுது. நிறைய அம்மாக்கள் இப்ப இப்படித்தான் இருக்காங்க! காரணம் விட்டுக் குடுக்கற குடும்பம், விட்டுக் குடுக்கறவங்க விட்டுட்டுப் போயிட்டா, அப்பத் தெரியும். உன்னை விட அதிகமா பாதிக்கப்படப்போறது முரளி! உன்னை ஒரு பாடமா வச்சுகிட்டா, அவன் பிழைச்சுக்க வழியுண்டு. விடும்மா உங்கம்மாவை மற! அவ நினைப்பு மனசுல நிம்மதியைத் தராது! வேதனைகளை உண்டாக்கும். இனிமே வரப் போறது புது வாழ்வு புது பந்தங்கள்! நீ பிடிவாதமா உங்கம்மா

மாதிரி இருக்காம, விட்டுக் குடுத்து வாழப்பாரு! விட்டுக் குடுக்கறவங்களுக்கு வெற்றி நிச்சயம் ராதிகா!''

''சரிப்பா!''

ராதிகாவை பாக்கியம் அழைக்க,

''வந்துட்டேன் மா!'' கீழே போனாள்.

அத்தியாயம் 16

"**நீ** ஏன் காலேஜுக்குப் போகலை?"

"பரீட்சை நெருங்குது, நிறையப் படிக்கணும். அதனால லீவு போட்டுட்டேன்!" முரளி.

"சரி! நான் வெளியே போகணும் வர லேட்டாகும். சாப்பாடு எடுத்து வச்சிருக்கேன்."

"சரிம்மா!"

"முரளி! இப்படிவா!"

"என்னம்மா?" அம்மா அருகில் வந்து நின்றான் முரளி.

"என் பக்கத்துல ஒக்காருடா!" உட்கார்ந்தான்.

அவன் கைகளை எடுத்து தன் மடியில் வைத்துக் கொண்டு வருடிக் கொடுத்தாள்.

"ஏண்டா ராஜா? உங்க ரெண்டு பேர்மேல நான் உயிரையே வச்சிருக்கேனே அது பொய்யா?"

"அப்படி யாரும்மா சொன்னது?"

"உங்கக்கா புரிஞ்சுக்கலையே! அந்தக் குடும்பத்துக்கு வாக்கப்பட்டா, அவ கஷ்டப்படுவானு என் உள் மனசு சொல்லிடுச்சு."

"அவங்க பெண் பார்க்க வந்து நாள்ல பல சகுனத்தடைகள். அதனாலதான் நான் மறுத்தேன். என்னை விட ராதிகா வாழ்க்கைல யாருக்குடா அக்கறை? சொல்லு!"

"சரிம்மா! அக்காவுக்குப் புடிச்சிருக்கே!"

"நீயும் அவ பக்கமா?"

"அப்படி இல்லைம்மா! மனசுக்குப் புடிச்ச வாழ்க்கை கிடைச்சாத்தானே சந்தோஷமா இருக்க முடியும். அவ உள் மனசுக்கு நல்லா இருப்பான்னு தோணுது, அதைப் புரிஞ்சுகிட்டு நீ விட்டுக்குடேன்!"

"போடா!" அவனைப் பிடித்துத் தள்ளி விட்டாள்.

முரளி கோபமாக எழுந்து நிற்க, ஓடி வந்து அவனை இழுத்து தன்மீது சாய்த்துக் கொண்டாள்.

தலையை வருடிக் கொடுத்தாள்.

"நீயும் என்னை விட்டுப் போயிடாதேடா முரளி! என்னால அதைத் தாங்கிக்க முடியாது."

"உன் மனசு போல நடக்கலைனா, நீ உடனே ஆத்திரப்படற! மத்தவங்க உணர்ச்சிகளையும் நீ புரிஞ்சுகணும்மா!"

"தெரியும்டா! இப்பக் கூட உங்க ரெண்டுபேரையும் பச்சப் புள்ளைங்களாத்தான் நான் நினைக்கறேன். நீ வளர்ந்த பையன் உன்னை அப்படியா நான் நினைக்கறேன். நீ எடுத்து ராதிகாகிட்டப் பேசுடா! அப்பா கூடப் போயிட்டா! கம்பெனி கெஸ்ட் ஹவுசாம். இந்தம்மாவை விட்டுப் பிரிஞ்சிருக்க அவளால முடியுமா?"

"சரிம்மா! புள்ளைங்களுக்காக வாழறேன்னு சொல்லிட்டு, அவங்க விருப்பத்தை நீ மறுத்துட்டா, எப்படிம்மா உன்கிட்ட பாசம் வரும் அக்காவுக்கு?"

"இல்லைடா! உங்கப்பா, உன் மனசையும் கலைச்சிட்டார்."

"அப்பாவை குறை சொல்லாதே எனக்கது பிடிக்கலை."

"என்னை விட அவர் உசத்தியாடா?"

"நிச்சயமா!"

"அப்படீன்னா, என்னை நீயும் வெறுக்கறியா? இங்கே இருக்காதே! நீயும் உங்கக்கா கூட போய்த் தங்கு போ! யாரும் இல்லைனாலும் இந்த பத்மினி, வாழ்வா போடா."

முரளி கலவரத்துடன் பார்த்தான்.

"இதப்பாரு! நீங்க மூணு பேரும் எங்கே வேணும்ன்னாலும் இருங்க, அது என் பிரச்சனையில்லை. என்னை ஏமாற்ற மட்டும் நெனச்சா, நான் சும்மாருக்க மாட்டேன்."

முரளிக்கு திக்கென்றது.

'மோப்பம் பிடித்து விட்டாளா அம்மா? இதை அப்பாவிடம் தெரிவிக்க வேண்டும். உடனே சொல்ல வேண்டும்!'

"நான் போறேன்!"

பத்மினி அவசரமாக சொல்லிவிட்டு கைப்பையை எடுத்துக் கொண்டு வாசலில் இறங்கினாள்.

'எங்கே போறாங்க அம்மா?'

முரளி ஒரு சின்ன இடைவெளி விட்டு வெளியே வர,

பத்மினி ஆட்டோவில் ஏறி புறப்பட,

முரளி பைக்கை எடுத்தான்.

'பின் தொடரணும்.'

'ராதிகா கல்யாண விவரம் தெரிஞ்சு, தடுக்கற முயற்சியை அம்மா எடுத்தா, உடனே பாதுகாக்கணும்.'

ஆட்டோ ஓட இடைவெளி விட்டு முரளி பின் தொடர்ந்தான்.

கவலையாக இருந்தது.

'அம்மா திரும்பப் பார்த்து, நான் பின் தொடர்வது தெரிந்தால், என்ன செய்வாள்?'

ஏறத்தாழ அரைமணி நேரப் பயணம்!

ஒரு தனியார் மருத்துவமனை வாசலில் போய் ஆட்டோ நிற்க, அம்மா அதைக் காத்திருக்கச் சொல்லி விட்டு உள்ளே போனாள்.

'எதுக்கு ஆஸ்பத்திரி?'

'இங்கே அம்மா யாரைப் பார்க்க வந்திருக்கிறாள்?'

பைக்கை நிறுத்தி விட்டு மெதுவாக உள்ளே நுழைந்து வரவேற்புக்கு அருகே வந்தான்.

சுற்றிலும் கண்களை சுழல விட்டான்.

அம்மாவைக் காணவில்லை.

'இந்தக் கூட்டத்தில் அம்மாவை நான் எங்கே தேடுவது?'

"மிஸஸ் பத்மினி ராமசுப்புனு ஒரு லேடி இங்கே வந்தாங்க, அட்மிட் ஆயிருக்காங்களா? எந்த வார்டு? என்ன பிரச்சனை?"

"நீங்க என்ன போலீஸா?"

"அதெல்லாம் இல்லை."

"அப்படீன்னா நாங்க எப்படி சொல்லுவோம்?"

'கடலில் கடுகைத் தேடுவது சாத்தியமா?'

முரளி குழம்பிப் போய் நின்றான்.

அத்தியாயம் 17

பிரமோத் குடும்பத்துடன் ராமசுப்பு, ராதிகா இருவரும் திருப்பதிக்கு வந்து விட்டார்கள்.

திருமலையில் ஒரு பெரிய கல்யாண மண்டபம். சகல வசதிகளுடன் கூடிய மாளிகை போல இருந்தது.

அப்பா - மகளுக்கு தனி அறை கொடுத்து எல்லா வசதிகளும் செய்து தந்தார்கள். அத்தனை ஏற்பாடுகளையும் பிரமோத் குடும்பம் செய்து கொண்டிருந்தது.

"இன்று மணமகள் அழைப்பு!"

"மாலை ஒரு நிச்சயதார்த்தம்!"

"நாளை காலை 9 – 10.30 முகூர்த்தம்."

இருப்பது 25 பேர் என்றாலும், ஏற்பாடுகள் பிரமாதமாகச் செய்யப்பட்டிருந்தது.

அப்பாவுடன் ராதிகா இருந்தாள்.

"உன் கல்யாணத்தை எப்படியெல்லாம் நடத்தணும்ணு கனவு கண்டு பட்ஜெட் போட்டு வச்சிருக்கா தெரியுமா உங்கம்மா! நகைகள், பாத்திர பண்டங்கள்னு எல்லாம் சேர்த்து வச்சாச்சு! இப்ப அவ பிடிவாதம் காரணமா, அவளே இல்லாம உன் கல்யாணம் நடக்கப்போகுது!"

"என்னப்பா? அம்மா ஞாபகம்?"

"அதுல தப்பில்லைம்மா! வெறி புடிச்ச தாய்! புள்ளைங்க நெனப்புதான் எப்பவும்! ஆனா தான் நினைச்சது நடக்கணும்! கஷ்டமா இருக்கும்மா!"

கதவு தட்டப்பட,

"வாங்க!"

நடராஜனும், பாக்கியமும் உள்ளே வந்தார்கள்.

"ராதிகா! இதைப்புடி!"

"என்னம்மா?"

"பெண் அழைப்புக்கு இந்த பட்டுப்புடவை! இது நிச்சயத்துக்கு! இது காலைல முகூர்த்தத்துக்கு! இது நலங்குக்கு! புடிச்சிருக்கா?"

ராமசுப்பு மிரண்டார்.

அத்தனையும் விலை உயர்ந்த புடவைகள்.

"சம்பந்தியம்மா! எதுக்கு இத்தனை செலவு?"

"வேணும்ங்க! அவங்கம்மா பக்கத்துல இருந்தா ஆசை, ஆசையா செய்ய மாட்டாங்களா? அந்தக் குறை அவ மனசுல வரக் கூடாதில்லையா? என்னை வாய் நிறைய அம்மானு கூப்பிடறா! அதுக்கு நான் தகுதியா இருக்க வேண்டாமா?"

ராமசுப்பு கண்கலங்கி விட்டார்.

ராதிகா நெருங்கி வந்து படக்கென கால்களில் விழுந்தாள்.

"என்னம்மா நீ?"

"அம்மா இல்லங்கற குறையே எனக்குத் தெரியலைமா!"

"இப்ப இல்லை! எப்பவும் உனக்கது தெரியாது."

"ரொம்ப நன்றிங்கம்மா!"

"எதுக்கு? இதப்பாரு! உங்கம்மா கோபமும் குறைஞ்சு, அவங்களே உன்னைத் தேடி வருவாங்க! நீ உன் அம்மா கூட சேரத்தான் போறே!"

"அதை உங்க பிள்ளை விரும்ப மாட்டார்மா!"

"அவன் கெடக்கான். அவனை நான் பேசி சரிக்கட்டறேன். நீ தைரியமா இரு! உனக்கு அலங்காரம் பண்ண பெண்கள் தயாரா இருக்காங்க!"

"சரிம்மா!"

ராதிகாவை அந்தப் பெண்களிடம் தந்து விட்டு ராமசுப்பு வெளியே வந்தார்.

"நான் விருந்தாளி இல்லை பெண்ணோட அப்பா! நான்தான் இதை நடத்தணும்!"

நடராஜன் சிரித்தார்.

"நமக்குள்ளே என்னங்க வேறுபாடு? புள்ளைங்க வாழணும். அதுக்காக பாடுபடுவோம்."

ராமசுப்புவுக்கு போன் அடிக்க, எடுத்தார்.

"சொல்லு முரளி! ஏதாவது பிரச்சனையா?"

"அப்பா! நேத்திக்கு ஒரு பெரிய ஆஸ்பத்திரிக்கு போய் ரொம்ப நேரம் அம்மா உள்ளே இருந்தாங்க! யாரைப் பாக்கனு எனக்குத் தெரியலை! இன்னிக்குக் காலைல அக்காவுக்கு வாங்கி வச்ச நகைகளை எடுத்துக்கிட்டு பேங்குக்கு போனாங்க."

"நகைகளை எடுத்துக்கிட்டா?"

"எதுவும் புரியலைப்பா! அம்மாவோட நடவடிக்கைகள் கொஞ்சம் மர்மமா இருக்கு, பயம்மாவும் இருக்கு."

"தெரிஞ்சு போச்சாடா முரளி?"

"அப்படி தோணலை! தெரிஞ்சா ஒரு பதற்றம் இருக்குமில்லையா? இங்கே இருப்பாங்களா?"

"பாத்துக்கோடா முரளி! நாளைக்கு அரை நாள் பொழுது கடந்துட்டா, எனக்கு அதுவே போதும்!"

"எதுவானாலும் நான் சொல்றேன்பா! எங்கக்கா கல்யாணத்தை நான் பாக்க முடியலியேப்பா!"

குரலில் அழுகை!

"வேறு வழியில்லையேப்பா! அவ வாழ, சில தியாகங்களை நாம செஞ்சுதானே தீரணும்?"

ராமசுப்பு செல்போனை நிறுத்தினார்.

மனசுக்குள் இனம் புரியாத ஒரு கலவரம் ஓடிக் கொண்டேயிருந்தது.

காலையில் அது வெடித்தது.

அத்தியாயம் 18

22ம் காலை விடிந்து விட்டது.

முதல் நாள் திருமலையில் பெண் அழைப்பு, நிச்சய தாம்பூலம் எல்லாமே நன்றாக நடந்தது.

ஆட்கள் குறைவாக இருந்தாலும் விமர்சையாக நடந்தது எல்லாமே! பாக்கியம் வாங்கிக் கொடுத்த நகைகளில், பட்டுச் சேலையில் ராதிகா ஒரு தேவதை போல இருந்தாள். குடும்பமே குதூகலப்பட்டது. ராமசுப்பு பெருமிதத்துடன் மகளின் ஒவ்வொரு அசைவையும் ரசித்தார்.

ராதிகா வெளியே சிரித்தாலும், உள்ளே ஒரு துக்கம் பொங்கிக் கொண்டேயிருந்தது. அதை மறைக்க ராதிகா படாதபாடு பட்டுக் கொண்டிருந்தாள்.

'பக்கத்தில் இருந்து சகலமும் நடத்த வேண்டிய அம்மா, எனக்கு நடப்பது எதுவும் தெரியாமல் எங்கோ இருக்கிறாள்!'

'ராது! உன் கல்யாணத்தைப் பார்த்து ஊரே மூக்குல விரல் வைக்கணும்! எப்படி நடத்தறா பாரு பத்மினி தன் பொண்ணு கல்யாணத்தைனு சொல்லணும்! தனித்தனியா பிளான் போட்டு வச்சிருக்கேன். யாரும் செய்யாத பல புதுமைகளை உன் கல்யாணத்துல நான் செய்யப் போறேன்.'

'அடிக்கடி வாய் வலிக்கச் சொல்லுவாள்!'

'இது புதுமைதான்!'

'அம்மாவே இல்லாமல், உயிருடன் இருக்கும் அம்மா வராமல், அந்த அம்மாவுக்கு தெரியாமல், ஒரு மகளின் கல்யாணம் நடக்கிறதே! இது எங்கும் நடக்காத புதுமைதானே!'

பொங்கியது ராதிகாவுக்கு!

'மகளுக்காக வாழ்கிறேன் என மூச்சுக்கு மூச்சு ஒப்பிக்கும் நீ, அந்த மகளின் மனதைப் புரிந்து கொள்ளாமல், அந்த மகளே உதறித்தள்ளும் ஒரு நிலைக்கு வந்தது ஏன்?'

அன்று இரவு முழுக்க அம்மாவின் நினைவில் ராதிகா உறங்கவில்லை! ராமசுப்புவுக்கும் மகளின் மனப் போராட்டம் புரிந்தது.

அவர் தலையிடவே இல்லை. ஏதாவது பேசப் போய், இந்த துக்கம் வெடித்து ராதிகா கதறி விட்டால், முதலுக்கே மோசமாகிவிடும். கழுத்தில் தாலி ஏறிய பிறகு என்ன வேண்டுமானாலும் நடக்கட்டும்!

விடிந்து விட்டது.

எழுந்து குளித்து, ராதிகாவை அலங்கரிக்கத் தொடங்கி விட்டார்கள்.

காலை ஒன்பது - பத்தரை முகூர்த்தம்.

பாக்கியம், ராதிகா அருகில்தான் இருந்தாள்.

அங்கே பிரமோத்துக்கு அலங்காரம் நடந்து கொண்டிருந்தது.

அதே நேரம் இங்கே காலை ஆறரை மணிக்கு கோயிலுக்குப் போன பத்மினி ஒரு புயலைப் போல வீட்டுக்குள் நுழைந்தாள்.

"முரளி..."

"என்னம்மா?"

முரளி பதறி ஓடி வந்தான்.

"உங்கப்பாவும் ராதிகாவும் எனக்கு துரோகம் செஞ்சிட்டாங்க."

"என்ன சொல்ற?"

"இன்னிக்கு திருப்பதில ராதிகா - பிரமோத்துக்கு கல்யாணம். காலை ஒன்பது - பத்தரை முகூர்த்தம். உடனே புறப்படு!"

"என்னம்மா செய்யப் போறே?"

"இது உனக்கு அதிர்ச்சியா இல்லையா? அப்படினா உனக்கும் இது தெரியுமா?"

"தெரியும்மா!"

"அடப்பாவி! நீயும் பெத்தவளுக்கு துரோகம் செஞ்சிருக்கியா?"

"அம்மா யாரும் துரோகம் செய்யில! அவளுக்கு பிடிச்ச வாழ்க்கையை நீ தடுத்தே! ஒரு மகளுக்கு தாய் செய்யற துரோகம் அது! அப்பா அதை புரிஞ்சுகிட்டு, பிரமோத் குடும்பத்தார் கால்ல விழுந்து சம்மதிக்கவச்சார். உன்னால தடை வரக் கூடாதுனு கல்யாணம் திருப்பதில நடக்குது! புரியுதா? பிரமோத் குடும்பத்துக்கு இந்தத் திருட்டுக் கல்யாணம் ஒருவிதத்துல அவசியமே இல்லை! ஆனா சூழ்நிலை பார்த்து நமக்காக அவங்களும் அனுசரிக்கிறாங்க! அவங்க எப்பேர்ப்பட்ட நல்லவங்கன்னு இப்பவாவது புரிஞ்சுச்சே!"

"வாயை மூடுடா! இது நடக்கக் கூடாது."

"நிச்சயமா நடக்கும்! இங்கே நடந்தா நீ தடுப்பேனுதான், திருமலைல நடக்குது."

"இப்ப மணி ஆறரை! நான் இப்ப புறப்பட்டாக் கூட மூணு மணி நேரத்துல அங்கே இருப்பேன். என்னால அதை நடக்க விடாம தடுக்க முடியும்."

"நீ ஒரு அம்மாதானா? அப்படி அந்தக் குடும்பம் உனக்கு என்ன துரோகம் செஞ்சது?"

"எனக்குப் பிடிக்கலை!"

"இப்படி நடந்துகிட்டா உன்னைப் பாக்க எனக்கே வெறுப்பா இருக்கு! ஒண்ணு சொல்லட்டுமா உன்மேல உயிரையே வச்சிருக்கற ராதிகா இப்பக் கூட நீ இல்லையேனு கண்ணீர் விடுவா! அப்படிப்பட்ட உன் மகளுக்கு இப்படி மூர்க்கமான தாயா நீ இருந்தா, காலம் முழுக்க உன் முகத்துல அவ முழிக்க மாட்டா! வெறுப்போட உச்சத்துக்குப் போயிடுவா! புரியுதா?"

பத்மினி கண்களை மூடி ஓரிரு நொடிகள் அப்படியே நின்றாள்.

முகத்தில் ஒருவித கொந்தளிப்பு! பல வித மாற்றங்கள்! சட்டென கண்களைத் திறந்தாள்.

"நான் போகப் போறேன்."

"வேண்டாம்மா! நான் சொல்றதைக் கேளு!"

"நீயும் விரும்பினா வரலாம்."

"கண்டிப்பா வரத்தான் போறேன்."

பத்மினி காருக்குப் பாய, முரளி அவளுடன் வந்து காரில் ஏற, பத்மினி வேகமாக காரை எடுத்தாள்.

"இதப்பாரு கல்யாணத்தை நிறுத்தணும்னு காரை காட்டுத்தனமா ஓட்டாதே! நீ செய்யுற பாவச் செயலுக்கு போய்ச் சேரமாட்டே! கடவுள் தண்டிச்சிடும்."

முரளி அப்பாவின் செல்போனுக்கு தகவல் சொல்ல அவசரமாக முயன்றான், அது அணைக்கப்பட்டிருந்தது! பிரமோத் நம்பருக்கு முயற்சி, அதுவும் இயங்கவில்லை.

'கடவுளே! ஒரு தகவல் தந்து இவர்களுக்கு எச்சரிக்கை தரலாம் என்றால், முடியவில்லையே!'

பத்மினி காரை அதிவேகமாக ஓட்டினாள்.

முரளிக்கு ஒரு பக்கம் பயம். இன்னொரு பக்கம் ஆத்திரம்.

'வெறி பிடித்த இந்த அம்மாவை கடவுள் எப்படியாவது தண்டிக்க வேண்டும்!'

பத்மினி பேசிக் கொண்டே ஓட்டினாள்.

"ராதிகா என்ன சொல்லுவா தெரியுமா?"

'அம்மா! எனக்குக் கல்யாணம் வேண்டாம். உன்னை விட்டு எப்படம்மா நான் பிரிஞ்சிருப்பேன்?'

'அப்படி சொன்னவ, இப்ப எனக்குத் தெரியாம கல்யாணம் செஞ்சுக்கப் போறா!'

'அம்மாடி! ஒரு நாள் இந்த அம்மா செத்துப் போயிட்டா, நீ என்ன செய்வே?'

'நானும் உயிரே விட்ருவேன்! நீ இல்லாத இந்த உலகத்தை என்னால கற்பனை கூட செஞ்சு பாக்க முடியலம்மா!'

'இப்படி ஒரு வெறிபிடிச்ச பாசம் கூடாது ராதிகா! பொண்ணா பொறந்தா அது தப்பு!'

'இல்லைம்மா! நம்மை மாதிரி அம்மா பொண்ணு இந்த உலகத்துல யாரும் இல்லை.'

பேசிய பேச்சுக்களை நினைவில் சேகரித்து கண்ணீர் வழிய காரை செலுத்தினாள் பத்மினி!

பக்கத்தில் உட்கார்ந்து முரளி பார்த்துக் கொண்டே இருந்தான்.

"அம்மா! இப்பக் கூட உன் மனசை நீ மாத்திக்கோ! எந்த ரகளையும் செய்யாம, அங்கே போய் ராதிகாவை ஆசிர்வாதம் பண்ணு! இதுவரைக்கும் பட்ட அத்தனை வேதனைகளும் மறைஞ்சு ரெண்டு குடும்பமும் சந்தோஷப்படும். உன் மன மாற்றத்தால அவ ஆனந்தமா வாழ்க்கையைத் தொடங்குவா! பழையபடி உன் ஞாபகமாவே இருப்பா!"

"கடைசியா என்ன சொன்னே?"

"பழையபடி உன் ஞாபகமாவே இருப்பா!"

பத்மினி ஒன்றும் பேசாமல் அதே வேகத்துடன் காரை செலுத்த, அங்கே மணவறையில் மாப்பிள வந்து உட்கார மற்ற சடங்குகள் நிறைவேற, ராதிகா பூரண அலங்காரத்துடன் மணவறைக்குக் கொண்டு வரப்பட்டாள். பாக்யம் உடனிருந்தாள்.

சின்னக் குரலில்,

"முகம் சோர்வா இருக்கே! அம்மா ஞாபகம் உன்னை வேதனைப்படுத்துதா?"

"இல்லைம்மா, அம்மா நீங்க இருக்கீங்களே!"

பாக்யம் பூரித்தாள்.

மணவறையில் ராதிகா வந்து உட்கார, மற்ற சடங்குகள் நிறைவேற, அய்யர் மந்திரம் சொல்ல, மங்கல இசை முழங்கிக் கொண்டிருக்க,

ராமசுப்பு பரவசத்துடன் நின்றார்.

நேரம் ஒன்பதைக் கடந்து கொண்டிருக்க, கார் திருப்பதியைக் கடந்து மலையேறத் தொடங்கிவிட்டது.

முரளி படபடப்பில் இருந்தான்.

இங்கே மாங்கல்யம் உறவுக்காரர்களின் ஆசிக்காக அந்தக் கூடத்தில வலம் வந்து கொண்டிருக்க, பிரமோத் சந்தோஷமாக சிரிக்க, மளமளவென சடங்குகள் நிறைவேற, பத்மினி ஓட்டி வந்த கார் மலையைத் தொட்டுவிட, ஆசிகளைப் பெற்ற மாங்கல்யம் மணவறைக்குத் திரும்பிக் கொண்டிருக்க, ராமசுப்பு கடைசி நேர படபடப்பில் இருந்து, அணைத்து வைத்திருந்த செல்போனை உயிர்ப்பிக்க, எஸ்.எம்.எஸ். ஒளிவிட்டது.

"நானும் அம்மாவும் மலைக்கு வந்தாகிவிட்டது! இன்னும் ஐந்து நிமிடங்களில் மண்டபத்தில் இருப்போம். எல்லாம் தெரிந்துவிட்டது! எச்சரிக்கை!"

ராமசுப்புக்கு இதயமே தொண்டைக்கு வந்து விட்டது. வாசலை நோக்கி ஓட எத்தனிக்க,

''சம்பந்தி எங்கே போறீங்க! இது முகூர்த்த நேரம்! நில்லுங்க!'' நடராஜன் பிடித்து நிறுத்த, தாலி அய்யர் கைக்கு வர, அது பிரமோத் கரங்களுக்கு மாற, அய்யர் கல்யாண மந்திரங்களை அழகாக உச்சரிக்க, கார் மண்டப வாசலைத் தொட்டு நிற்க, கதவைப் பிளந்து கொண்டு பத்மினி இறங்கி ஓடி வர, கெட்டி மேளம் ஒலிக்க, பத்மினி முரளி ஓடி வர, வாசலில் இருக்கும் யாரோ பத்மினி கையில் அட்சதையை திணிக்க, பிரமோத் ராதிகா கழுத்தில் தாலி கட்டி முடிக்க, அட்சதையும் மலர்களும் தூவப்பட, ராமசுப்பு அதைத் தூவி விட்டு நிமிர, வாசலில் நிற்கும் பத்மினியும், முரளியும் கண்ணில் பட்டார்கள்.

ராமசுப்பு பெருமூச்சு விட்டார்.

'இனி தடுக்க முடியாது! நடந்து முடிந்தாகிவிட்டது!'

தாலிக்காக தலைகுனிந்த ராதிகா, மூன்று முடிச்சுகளை பெற்றுக் கொண்டு தலை நிமிர, முதலில் கண்ணில்பட்டது, வாசலில் நிற்கும் அம்மாவும், தம்பியும்.

குபீரென உடம்பில் ஒரு அலை பொங்கியது.

சந்தோஷ அலை!

'மனசு பொறுக்காமல், கடைசி நேரத்தில் கலந்து கொள்ள வந்து விட்டாளா அம்மா!'

அந்த உத்வேகத்தில் ராதிகா எழ, பாக்யமும் அதைப் பார்த்து ஆனந்தப்பட்டு, ''உங்கம்மாவே வந்தாச்சு ராதிகா! போ! நீயே போய் கூப்பிடு! பிரமோத் நீயும் வா!''

ராமசுப்பு குனிந்தார்.

''இல்லை உங்கம்மா ஆசிர்வதிக்க வரலை! நிறுத்த வந்திருக்கா! அதுக்குள்ள நடந்திருச்சு! உன் தம்பி தகவல் அனுப்பிட்டான்! இப்பவும் அவ திருந்தலை. நீ ஒக்காரு!''

ராதிகா நொந்து போனாள்.

உறவுக்காரர்கள் மணவறையை நெருங்கி ஆசிகளை வழங்கிக் கொண்டிருக்க, முரளி, அம்மாவிடம், "போ! இது தெய்வ சங்கல்பம்! யாரு தடுத்தாலும் நிக்காது, நடந்தாச்சு! ஒரு நல்ல அம்மாவா மாறி அவளை வாழ்த்து! உன் மகள் உனக்குத் திரும்பக் கிடைப்பா!"

உறவு கூட்டம் சாப்பிடப் போக, பாக்யம் நெருங்கி, "நமக்கு வீம்பு வேண்டாம். அவ உன்னைப் பெத்த தாய், ரெண்டு பேரும் வந்து ஆசீர்வாதம் வாங்கிக்குங்க! வா பிரமோத்!"

இருவரும் எழுந்து வந்தார்கள்.

பத்மினியை நெருங்கினார்கள்.

காலில் விழப் போக, "வேண்டாம். நீ கால்ல விழுந்த காரணமா நான் இளகப் போறதில்லை! ஆசிகளைச் சொல்ல இங்கே நான் வரலை."

ராமசுப்பு நெருங்கினார்.

"பாவி! அமங்கலமா ஏதாவது சொல்லித் தொலைக்காதே! உன் மகள், ஸாரி என் மகள் வாழணும்!"

ராதிகா நன்றாக நிமிர்ந்து அம்மாவைப் பார்த்தாள்.

நேருக்கு நேர் மகளின் பார்வையைத் தாள முடியாமல் பத்மினி தலைகுனிந்தாள்.

ராதிகாவின் கண்களில் கசப்பு இழையோட, நெருங்கினாள்.

"இப்ப நான் உன்கிட்டப் பேசறது கடைசியா இருக்கும். ஏன்னா, ராத்திரி முழுக்க உன் ஞாபகம்தான் எனக்கு. காலைல கூட அதேதான். நீ வந்து நின்னப்ப, என் அம்மா வந்தாச்சுனு பூரிச்சுப் போனேன், வாழ்த்த வரலைனு நீ சொல்லிட்டே பார்த்தியா? முடிஞ்சு போச்சு!"

"ராதிகா!" பாக்யம் குறுக்கிட,

"பாரு இப்பக் கூட மனிதாபிமானத்தை விடலை! ஒரு தப்பும் செய்யாத குடும்பம்! உங்கிட்ட அவமானப்பட்டும், நீ வந்தப்ப, உன்னை ஏத்துக்க தயாரா நிக்கற குடும்பம்! உன்மேல பகையே வேண்டாம்னு எனக்காக நினைக்கற மனுஷங்க! இவங்க எங்கே? நீ எங்கே? இந்தத் தாயோட கால் தூசிக்கு நீ பெற மாட்டே! நீ இனி வாழ்ந்தாலும் நான் வரமாட்டேன்! போனாலும் வர மாட்டேன்! ஒரு உறவு எனக்கு உண்டான நேரத்துல, இன்னொரு உறவு முறிந்தது. வாங்க!"

சரக்கென திரும்பி ராதிகா நடக்க, பிரமோத் பிரமித்தான்.

ராமசுப்பு, பத்மினியிடம் வந்தார்.

"இத்தனை காலம் உன் கூட நான் வாழ்ந்ததுக்காக வெக்கப்படறேன். இனி என் மகள் மட்டும்தான் என் உலகம்!"

அவரும் பின்தொடர, பத்மினியுடன் முரளி மட்டும் நின்றான்.

"நான் வரும்போது கூட உங்கிட்ட கெஞ்சினேன், உன் மனசை மாத்திக்கோனு, நீ கேக்கலை! சரி, வந்த இடத்துல அவளை வாழ்த்தக் கூடவா உனக்கு மனசு வரலை! இப்படி ஒரு தாய் மகள் பாசமானு ஊரைப் பேச விட்டுட்டு, அந்த மகளே நீ செத்தாலும் வரமாட்டேன்னு கல்யாண கோலத்துல நின்னு கசப்பைக் கக்கற அளவுக்கு நீ ஏன் மாறிப் போன? நீ நிச்சயமா மனநோயாளி இல்லை. பிரமோத் குடும்பம் நமக்கு எந்த விதத்திலும் எதிரியில்லை! நீ சொல்ற காரணங்கள் எதுவும் நம்பும்படியாவும் இல்லை! உனக்கு என்னாச்சு! ராதிகா உன் மகள்மா!"

பத்மினி பேசவில்லை.

ராமசுப்பு திரும்பி வந்தார்.

"முரளி! நீ சாப்பிட வா, இவளைக் கட்டிட்டு நீ ஏண்டா அழற? விட்டுத் தொலை! உங்கக்கா செஞ்ச மாதிரி நீயும் இவளுக்கு ஒரு முழுக்கு போடு!"

"இல்லைப்பா! நான் அதைச் செய்ய முடியாது."

"இவகிட்ட தனியா மாட்டிக்கிட்டு நீ பலியாகப் போறியா முரளி?"

"நான் பிறகு உங்ககிட்ட பேசறேன். நீ வாம்மா! திரும்பிப் போகலாம்."

"நீயும் என்னை விட்டுப் பிரிந்தாலும், நான் சமாளிச்சுப்பேன்."

"இது திமிர் இல்லைப்பா! இதுக்குள்ளே என்னவோ இருக்கு! நீ வாம்மா!"

பத்மினி முகத்தில் அதிர்ச்சி.

அத்தியாயம் 19

திருப்பதியிலிருந்து கல்யாண கோஷ்டி அன்று மாலைக்குள் சென்னைக்குத் திரும்பி விட்டது.

பிரமோத் வீட்டுக்கு அனைவரும் வந்து விட, புது மணமக்களை ஆரத்தி எடுத்து வரவேற்று, ராதிகா வலதுகால் பதித்து உள்ளே வந்தாள்.

பாக்யம் இருவரையும் ஜோடியாக உள்ளே அழைத்து வந்து பூஜை அறையில் வெள்ளிக் குத்துவிளக்குகளை ஏற்ற வைத்தாள்.

"நல்லா பிரார்த்தனை பண்ணிக்கோ ராதிகா! உன்னால இந்தக் குடும்பம் விளங்கணும். வம்சம் தழைக்கணும். மகாலஷ்மி மாதிரி, நீ வந்த வேளை எல்லாமே மங்கலமா நடக்கணும்."

ராதிகா முதலில் பாக்யம் காலில் விழுந்தாள்.

"முதல்ல தெய்வம்!"

"நீங்கதான் தெய்வம் அம்மா! அம்மாதான் எல்லாம்னு நினைக்கறவ நான்! அந்த இடத்துல இப்ப நீங்க இருக்கீங்க! உங்களை மீறி ஒரு அடி எடுத்து வைக்கமாட்டேன். இது உங்க பிள்ளை கட்டின இந்த மாங்கல்யத்துமேல ஆணை."

பாக்யம், ராதிகாவை கட்டித் தழுவிக் கொண்டாள்.

"இதுபோதும்! இதுக்குமேல எதுவும் நீ பேசாதே! என் பிள்ளையும், இந்தக் குடும்பமும் உன்னை கண்ணுக்குள்ளே வச்சுத் தாங்குவாங்க! அதுக்கு நான் உத்தரவாதம்!"

அதற்குள் பெரியம்மா, சித்தி, அத்தை அத்தனை பேரும் விருந்து சமையல் தயாரிக்க ஒரு குழுவும், சாந்தி முகூர்த்த அறையை அலங்கரிக்க ஒரு குருப்புமாகச் சேர்ந்து பம்பரமாக இயங்கிக் கொண்டிருக்க, அவர்கள் கூடிப் பேசினார்கள்.

"தன் அம்மாவைக் கூட உதறிட்டு நம்ம குடும்பம்தான் சகலமும் என அந்தப் பொண்ணு வந்திருக்கு, அவளை ராணி மாதிரி வச்சுத் தாங்கணும்! ஒரு பார்வை கூட அவளை புண்படுத்திடக் கூடாது!"

சில நிமிடங்களில் ராதிகா அவர்களுடன் கலந்து கலகலப்பாக பழகத் தொடங்கிவிட்டாள்.

அனைவரும் அமர்ந்து சாப்பிட்டார்கள். ராமசுப்பு புறப்படத் தயாரானார்.

"எங்கே போறீங்க?"

"இனிமே இதுதான் உங்க வீடு. உங்க பொண்ணு கூடத்தான் வாழ்நாள் முழுக்க நீங்க இருக்கணும். நீங்க எங்கள்ள ஒருத்தர்!"

"இதைக் கேட்டு நான் பூரிச்சு நிக்கறேன்! என் பொண்ணு பூர்வ ஜென்மத்துல புண்ணியம் பண்ணியிருக்கா! நானும்தான்! ஆனா எனக்குன்னு ஒரு குடும்பமும், கடமைகளும் இருக்கில்லையா! முரளி வாடிப் போயிடுவான்! நான் உத்தரவு வாங்கிக்கறேன்!"

"நாலு நாளாவது இருந்துட்டுப் போகக் கூடாதா?"

"இல்லீங்க! என் மனசு இங்கேதான் இருக்கும்."

ராதிகாவிடம் வந்தார்.

அவள் கைகளைப் பிடித்துக் கொண்டார்.

"அம்மாடி! நான் போராடி உன் மனம் போல ஒரு வாழ்க்கையை வாங்கித் தந்துட்டேன்! அதை நல்லபடியா

தக்கவச்சுக்கறது உன் கைல இருக்கு! இனி இவங்கதான் உனக்கு எல்லாமே! அப்பா அடிக்கடி வந்து உன்னைப் பாத்துக்கறேன். வரட்டுமா?''

''சரிப்பா!'' ராதிகா அவர்மேல சாய்ந்து அழுதாள்.

''மாமா! கார்ல உங்களை டிராப் பண்ணச் சொல்றேன்.''

''வேண்டாம்! மாப்ளை! நன்றி! நான் வர்றேன்!''

இருவரும் திரும்பவும் அவர் காலில் விழுந்து ஆசி பெற்றார்கள். அவர் தலை மறையும் வரை நின்று விட்டு ராதிகா உள்ளே வந்தாள்.

''வாம்மா! நேரமாச்சு!''

அடுத்த அரை மணியில் அவளைத் தயார் செய்து பால் செம்பைக் கொடுத்து உள்ளே அனுப்பினார்கள்.

பிரமோத் இருக்க, கதவு சாத்தி, அவனை நெருங்கி, காலில் விழுந்து, ''ராதிகா! பார்மாலிட்டீஸ் வேண்டாமே! நிறைய பேசுவோம்!''

அருகில் உட்கார்ந்தாள்.

''நீ இந்த நிமிஷம் சந்தோஷமா இருக்கியா?''

''நிச்சயமா! என்னை நீங்க நம்பலியா?''

''நூறு சதவீதம் நம்பறேன்! நான் அன்னிக்கு ஒரு ஆத்திரத்துல பேசினேன் ராதிகா. உங்கம்மாகிட்ட எனக்கு எந்தப் பகையும் இல்லை! அவங்களை நான் வெறுக்கவும் இல்லை. அந்தக் கவலை உனக்கு வேண்டாம்.''

''ஆனா நான் வெறுக்கறேன். கல்யாண மண்டபத்துக்கு வந்து கூட வாழ்த்துச் சொல்லாம போன ஒரு தாயை எப்படி வெறுக்காம இருக்க முடியும்? இந்த மாதிரி வெறி புடிச்ச பாசத்தைக் காட்டின தாயும் இல்லை! வெறுப்போட உச்சத்துக்கு தன் மகளைக் கொண்டு போன தாயும் இவங்கதான்!''

"மனநிலைல ஏதாவது பிரச்சனை இருக்கா ராதிகா?"

"ஏன் அப்படி கேக்கறீங்க?"

"மகளை வெறி புடிச்சு நேசிச்ச ஒரு தாய், இப்படி மாற என்ன காரணம்? நாங்க கெட்டவங்க இல்லையே? எங்க குடும்பத்தை இந்த அளவுக்கு ஏன் வெறுக்கறாங்க? சரி மனுஷங்க நிறைய இருக்கறது புடிக்கலைன்னா, ஒரு புத்திசாலி அம்மா என்ன செய்வா? கல்யாணம் முடிஞ்ச பிறகு, மகள் மனசைக் கலைச்சு குடும்பத்தை உடைப்பா! எழுபது சதவீதம் அம்மாக்களோட பார்முலா அதுதானே? மகளும் தன் கைப்பிடில இருப்பா! மகளே வெறுக்கற அளவுக்கு ஒரு தாய் போகணும்னா வலுவான ஒரு காரணம் இருக்கணும் ராதிகா!"

"அதை ஆராயக் கூடிய மனநிலைல நான் இல்லை! மகளுக்குப் புடிச்சதை பிடிவாதமா தடுக்கற ஒருத்தி நல்ல அம்மா இல்லை! அப்படிப்பட்ட அம்மா எனக்கு வேண்டாம். விடுங்க சந்தோஷமான நேரத்துல அவங்க பேச்சு எதுக்கு? நம்ம எதிர்காலம், இந்தக் குடும்பத்தைப் பற்றி பேசுவோம். சரியா?"

பிரமோத் ஆடிப் போனான்.

"உன்னை இந்த அளவுக்கு மாற்றினது யாரு?"

"அம்மாதான்! நான் அம்மான்னு சொன்னது உங்களைப் பெத்த அம்மாவை. எப்பேர்ப்பட்ட குணம்? இப்படியொரு மன்னிக்கற மனசும், கருணையும் இருந்துட்டா, உலகத்துல சமாதானத்துக்கு பஞ்சமே இல்லை! நீங்க குடுத்துவச்சவர்! இப்படி ஒரு அம்மா கிடைக்க, தவம் இருந்திருக்கணும்."

பிரமோத் பரவசப்பட்டான்.

"இனிமே இந்தம்மா எனக்குத்தான் சொந்தம் நான்தான் முதலிடத்துல இருப்பேன்!"

"மாமியார் - மருமகள் உறவுக்கு ரெண்டுபேருமாச் சேர்ந்து புது இலக்கணம் எழுதப் போறீங்களா?"

"செய்யலாமே! தப்பென்ன? பிடிவாதம், சுயநலம், காரணமா ஒரு மகள் தாயை வெறுக்கறதும் இங்கே புதுசுதானே! பெண்ணாப் பொறந்தவங்க நல்லதை மட்டுமே ஏத்துக்கப் பழகணும்! பிறந்த வீடு, புகுந்த வீடுன்னு பாரபட்சம் இருக்கவே கூடாது!"

"அம்மாடி! நேரம் கரையுது! பாடம் எடுக்கத் தொடங்கிட்டியா? படிக்க வேண்டிய புதிய பாடங்கள் நிறைய இருக்கு! யாரு கத்துக் குடுக்கப் போறது?"

அவள் முகத்தோடு உரசி, காதுக்குள் மெல்லிய குரலில் ஏதோ சொல்லி, காதுமடலை சன்னமாக அவன் கடிக்க, கூச்சத்துடன் ராதிகா நெளிந்து, "அப்பாவின்னு நெனச்சேன்! லேசுபட்ட ஆசாமி இல்லை நீங்க!"

"இன்னும் கை வசம் நிறைய இருக்கு! வா இப்படி!"

அவள் நெளிய, அவன் சிரிக்க, ஒரு ஆனந்தமான தாம்பத்யம் தொடங்கி விட்டது! அதே நேரம், ராமசுப்பு வீட்டுக்குள் நுழைந்தார்.

முரளி ஓடி வந்தான்.

"என்னப்பா வந்துட்டீங்க?"

"உங்கக்காவை வாழ வச்சாச்சு! இனிமே எனக்கு அங்கே என்ன வேலைப்பா?"

"சாப்பிட்டீங்களாப்பா?"

"விருந்து சாப்பாடு வயிறு முட்ட சாப்பிட்டேன். வயிறு, மனசு எல்லாமே நிறைந்து கிடக்கு! நீ இல்லாத குறைவுதாண்டா!"

உள் அறையில் இருட்டில் பத்மினி.

"முரளி நான் உனக்காகத்தான் இந்த வீட்டுக்கு வந்தேன்! இல்லைன்னா, உங்கக்கா கூட இருந்திருப்பேன். நீயும் என் குழந்தையாச்சே!"

முரளி பேசவில்லை.

"எப்பேர்பட்ட மனுஷங்க? ஏகப்பட்ட மனுஷங்க இருந்தா கஷ்டம்னு சில பேர் குமுறி, இந்தக் கல்யாணத்துக்கு தடை போட்டாங்களே அந்த மனுஷங்க கூடிப்பேசி என்ன சொல்றாங்க தெரியுமா? ராதிகாவை எல்லாரும் உள்ளங்கைல வச்சுத் தாங்கணும்! காரணம் பிறந்த வீட்டை உதறிட்டு வந்த பொண்ணு, எந்தக் காரணத்துக்காகவும் நொந்துடக் கூடாதுன்னு! இந்த மனசு எந்தக் குடும்பத்துலடா இருக்கு? இவங்களையா எதிரிகளா நினைச்சோம்! ராதிகா போய்ச் சேர்ந்த இடம், சொர்கத்துக்கும் கொஞ்சம் மேலே!"

முரளி பேசவில்லை.

"அகங்காரமும், சுயநலமும், அராஜகப் போக்கும் நிலைக்காது! நல்லவங்க கூட உறவைத் தக்கவச்சுக்கக் கூட ஒரு யோகம் வேணும்! எனக்கு என் பொண்ணு இருக்கா! படிப்பு முடிச்சதும், வெளியூர்ல வேலை தேடிட்டு ஓடிப் போயிடு! இங்கே இருந்தா, உனக்குப் பைத்தியம் புடிக்கும். புரியுதா?"

விசுக்கென பத்மினி வெளியே வந்தாள்.

"போகட்டும், தாராளமா போகட்டும் நான் வாழமாட்டேனா? யாரையும் நம்பி நான் பொறக்கலை! மத்தவங்க தாங்கி புடிக்கறாங்களா? இப்ப வந்தவங்க உசத்தியா? பெத்து வளர்த்தவ நான்தான்!"

"நிறுத்துடி, நீ பெத்துட்டா, நீயே கழுத்தை நெரிச்சு கொல்ல முடியுமா? நான் பெற்றேன். நான் கொன்றேன்னு பராசக்தி கல்யாணி மாதிரி வசனம் பேசப் போறியா?"

"நான் யாரையும் சொல்லல. நான்தான் இங்கே செத்துக்கிட்டிருக்கேன்."

படக்கென முரளி திரும்பினான்.

"நீ சாகறியா, மத்தவங்களை சாகடிச்சுத்தானே உனக்குப் பழக்கம்? பாசம்னு சொல்லி, ராதிகாவை மடில வச்சு, கடைசில கழுத்தை நெரிக்க நினைச்சியே! இதுக்கு பேராடி பாசம்? ஆரம்பத்துல நீ காட்டின மித மிஞ்சின பாசத்துல உன் மகள் புகுந்த வீட்டுக்குப் போய் ஒழுங்கா வாழ மாட்டாளோன்னு நான் பயந்தேன்! கடவுள் காப்பாத்திட்டார். என் மகளை!"

"கடவுள் காப்பாத்தலை, நான்தான் காப்பாத்தினேன்!"

முரளிக்கு சுருக்கென்றது.

"என்னடா பேசறா இவ? எனக்கு இந்த வீட்ல இருக்கவே பயம்மா இருக்கு."

"போயிடுங்க! உடனே போயிடுங்க!"

கூச்சலிட்டாள் பத்மினி. ராமசுப்பு எரிச்சலானார். முரளிக்கு மட்டும் கவலையாக இருந்தது.

அத்தியாயம் 20

* ★ *

காலையில் ராமசுப்பு புறப்பட, முரளியும் தெருக்கோடி வரை அவருடன் வந்தான்.

"முரளி, நீ போய் ராதிகாவைப் பாக்க வேண்டாமா?"

"பாக்கணும் பா!"

"நான் இப்ப அங்கேதான் போறேன். நீயும் என் கூட வாயேன்!"

"இல்லைப்பா! அதுக்கு முன்னால உங்ககிட்ட நான் கொஞ்சம் பேசணும்."

"எதைப்பற்றி?"

"அம்மாவைப் பற்றி."

"அந்த துரோகியை, சண்டாளியையப் பற்றிப் பேச என்ன இருக்கு?"

"இல்லைப்பா, அம்மா இப்படி நடக்க ஏதோ ஒரு காரணம் இருக்குப்பா! அதை ஆராயணும்! அந்த ஆஸ்பத்திரி, நகைகள், இதுக்கெல்லாம் உள் அர்த்தம் இருக்கு."

"அடப்போடா! உங்கம்மா பற்றி ஆராய எதுவும் இல்லை! ராதிகா தப்பிச்சிட்டா. நீ பைத்தியம் ஆகாதே! வாழற வழியைப் பாரு! எல்லாரையும் நோகடிக்கற பிறவிகளை ஆதரிக்க எனக்கு தெம்பில்லை! நீ வந்தா வா! என்னை ஆளை விடு."

அவர் வேகமாக நடந்தார்.

முரளியால் அவரைத் தடுக்க முடியவில்லை.

அம்மா சென்ற கூட்டுறவு வங்கியில் ஒரு அதிகாரியை முரளிக்கு தெரியும். அவரை சந்திக்க முரளி புறப்பட்டான்.

இவன் போன நேரம் அவர் இருந்தார். மெதுவாக அவரிடம் விசாரிக்க, "நகைகளை உங்கம்மா அடமானம் வச்சு பணம் வாங்கிட்டுப் போனாங்க! ட்ரீட்மென்டுக்கு நிறைய ஆகுமே! காரணம் கேட்டப்ப, மெடிக்கல் ரிப்போர்ட் காட்டினாங்க, பாத்தட்டிக்!"

"என்ன சொல்றீங்க சார்? மெடிக்கல் ரிப்போர்ட்டா?"

"ஆமாம் முரளி! உங்கம்மாவுக்கு கேன்சர்! முற்றின நிலையில் இருக்கு."

முரளி ஆடிப்போனான்.

"அம்மாவுக்கு கேன்சரா?"

"அட, இது உங்களுக்கே தெரியாதா?"

"தெரியாது சார்! நான் அப்புறமா உங்களை வந்து பாக்கறேன்!"

முரளி வேகமாக வெளியே வந்தான்.

பைக்கை ஸ்டார்ட் செய்து வேகம் பிடித்தான். அந்த ஆஸ்பத்திரியை அடைந்தான். ரிசப்ஷனை அணுகி, "கேன்சருக்கு ட்ரீட்மென்ட் எடுக்கற ஏரியா எது? அங்கே யாரு சீப் டாக்டர்?"

"உள்ளே போனா கடைசி பிளாக் டாக்டர் மயில்சாமிதான் டாக்டர்."

"இருக்காரா?"

"இப்பத்தான் வந்தார்!"

முரளி தலைதெறிக்க ஓடினான். வேகமாக அவரது அறைக் கதவை நெருங்க, வெளியே அம்மாவின் செருப்புகள்! திக்கென்றது.

கதவை லேசாகத் திறந்தான். டாக்டர் எதிரே அம்மா உட்கார்ந்திருந்தாள்.

"நீங்க உங்க கணவருக்கும், குழந்தைகளுக்கும் இதைச் சொல்லாம ஏன் மறைக்கறீங்க? தெரியாமலா போகும்?"

"வேண்டாம் டாக்டர்! வியாதி முத்தியாச்சு, அவங்களுக்குத் தெரிய வேண்டாம். என் குழந்தைங்க தாங்க மாட்டாங்க டாக்டர். குறிப்பா என் பொண்ணு ராதிகா! உயிரையே விட்டுடுவா! இல்லைன்னா பைத்தியமாயிடுவா! அவளுக்கு அத்தனை உயிர் என்மேலே! அவ என்னை விட்டு விலகிப் போகணும்னு சமீப காலமா மனசைக் கல்லாக்கிட்டு, நான் ஆடற ஆட்டம் உங்களுக்குத் தெரியும் டாக்டர்."

"இதெல்லாம் அவசியமா?"

"டாக்டர்! என் மகளை பற்றி, அவ என்மேல வெச்ச வெறிபுடிச்ச பாசத்தைப் பற்றி யாருக்கும் தெரியாது! மத்தவங்களுக்கு அதைச் சொல்லி புரிய வைக்க முடியாது. எனக்கு மட்டும்தான் அது தெரியும். இன்னிக்கு என்னை வெறுக்கறா அவ! அந்த அளவுக்கு அவளை நான் கொண்டு வந்துட்டேன். என்னை அவ வெறுத்தாத்தான் ஒரு நல்ல மாமியாரை, தாயா அவளால் ஒப்புக்க முடியும். என் மகள் வாழணும். என் மகன் மனசுல உறுதி உண்டு அவன் வாழ்ந்துப்பான்!"

"சரிம்மா! வியாதியோட இந்த உச்சகட்டம் அவங்களுக்கு தெரியாமலா இருக்கும். அதுக்கான அறிகுறிகள் இனி தீவிரமாகும். அப்ப உண்மை தெரிஞ்சா, இந்த பாசம் இரட்டிப்பாகி வேதனைதானே மிஞ்சும்?"

"இல்லை டாக்டர்! நான் முடிவை எடுத்தாச்சே! மைசூர்ல ஒரு ஆஸ்ரமத்துல நான் பேசி பணம் கூட கட்டியாச்சு!

அடுத்த வாரமே அங்கே போயிடப் போறேன். அதுவும் எப்படி, சண்டை போட்டுட்டுத்தான் போகப் போறேன். என் மகள் என்னை வெறுத்தாச்சு. இவ ஒழிஞ்சாப் போதும்ணு என் கணவரும், பிள்ளையும் கை கழுவிடுவாங்க. நான் சாகும்வரை கூட தகவல் தெரியாது! எங்கியோ நான் வாழ்ந்துகிட்டிருக்கேன்னு நினைச்சுப்பாங்க. நாளாவட்டத்துல என்னை மறந்துடுவாங்க!''

''எனக்கு நீங்க புதிரா இருக்கீங்க!''

''உங்களுக்கு மட்டும் இல்லை. எனக்கு நானே புதிரா இருக்கேன் டாக்டர். நம்ம சந்திப்பு இதுதான் கடைசின்னு நம்பறேன்!''

''சரி மைசூர் டாக்டருக்கு இதுல லெட்டர் வச்சிருக்கேன். அவர் உங்களை கவனிச்சுப்பார்!''

''சாகப்போறவளுக்கு எதுக்கு டாக்டர் கவனிப்பு? நான் வர்றேன்!''

பத்மினி கதவைத் திறந்து வெளியே வர, முரளி நின்றான். பத்மினி அலறிவிட்டாள்.

அத்தியாயம் 21

"ஏன்மா இப்படி செஞ்சே? திருப்பதிக்கு கார்ல போகும் போது நீ பேசின பேச்சுக்கள், வீட்ல அன்னிக்கு அப்பாகிட்ட, "நான் செத்துக்கிட்டிருக்கேன்னு!" நீ சொன்னது, இதெல்லாம் என்னைப் புரட்டிப் போட்டிருக்கு! ஏம்மா இப்படி வியாதியை முத்தவிட்டு, எங்களை தண்டிச்சிட்டே சொல்லும்மா?"

அழுதான்.

அவனை மார்போடு சேர்த்து அணைத்துக் கொண்டாள்.

"நான் அப்பா, ராதிகா ரெண்டு பேர்கிட்டேயும் எல்லா உண்மைகளையும் சொல்றேன்மா!"

"வேண்டாம் முரளி! உங்கப்பா கூட தாங்கிப்பார். ராதிகா பைத்தியமாயிடுவா! என் மகள் வாழணும்! அவ என்மேல உயிரா இருந்தா, அவ வாழ்க்கை சந்தோஷமா இருக்காதுப்பா! என் மகளை எனக்கு மட்டும்தாண்டா தெரியும்! இல்லைன்னா இப்படி ஒரு கடுமையான நடவடிக்கையை நான் எடுத்திருக்க மாட்டேன். விட்ருப்பா!"

"நாங்க இருக்கும் போது நீ ஏன்மா ஆஸ்ரமத்துக்கு போகணும்?"

"முரளி அதிகபட்சம் ஆறுமாசம் என் ஆயுள். எங்கே இருந்தா என்ன? விட்ருப்பா!"

"முடியல்லம்மா!"

"இதப்பாரு! உண்மை உனக்குத் தெரிஞ்சதுல எனக்கொரு சந்தோஷம், கடைசி நொடிகள்ள உன் மடில தலைவச்சு நான் சாகலாம்! அந்தப் புண்ணியம் எனக்குக் கிடைக்கும்."

"ஏம்மா இப்படி பேசற?"

"நான் தகவல் தர்றேன். நீ வந்துடு! ஆனா எனக்குக் கொள்ளி போட்டுட்டு வந்த தகவலைக் கூட அப்பா, ராதிகாவுக்குச் சொல்லாதே! சத்யம் பண்ணு."

"உண்மை தெரியாம உன்னை அவங்க கடுமையா விமர்சனம் பண்ணும் போது, நான் மௌனமா இருக்க முடியுமாம்மா?"

"இருக்கணும்! இந்தம்மாமேல நீ பாசம் வச்சது நிஜம்னா, இருக்கணும். கடைசியா உன்னைக் குளிப்பாட்டி, உனக்கு சோறு ஊட்டி எல்லாம் ஒருமுறை செஞ்சிட்டு நான் உத்தரவு வாங்கிக்கறேன் முரளி!"

முரளி தாள முடியாமல் அழுதான்!

அவனை அணைத்துக் கொண்டு விசும்பினாள் பத்மினி.

ராதிகா சந்தோஷமா இருந்தாள்.

சாந்தி முகூர்த்தம், சங்கமம் எல்லாம் முடிந்து மனதுக்குப் பிடித்த கணவனுடன் வாழத் தொடங்கி விட்டாள். அந்த பூரிப்பு மனத்திலும் உடம்பிலும் பரவியிருக்க, ராமசுப்பு மகளை பெருமிதத்துடன் பார்த்தார்.

"அப்பா! அவர் சிங்கப்பூருக்கு தேனிலவுக்கு ஏற்பாடு செஞ்சிருக்கார். ஒரு வார பயணம். நாளைக்கு புறப்படறோம்!"

"சரிம்மா! ரொம்ப சந்தோஷம்."

"என் பயண ஏற்பாடுகளை அம்மாதான் கவனிக்கறாங்க!"

"அப்படியா?"

"அப்பா! முரளி ஏன்பா என்னை வந்து பாக்கலை? திருப்பதில சூழ்நிலை சரியில்லை, இங்கே வந்து பாக்கலாமில்லையா?"

"சொன்னேன்மா! அந்த ராட்சசி அவனைப் புடிச்சு வச்சிருப்பா!"

"பாவம் தம்பி! எதுக்குமே இருக்க முடியில, எனக்கு எல்லாம் நல்லா நடக்கணும்னு தன்னை தியாகம் பண்றான்."

"அதுதான்மா நிஜம்!"

பாக்யம் வந்தாள்.

"ராதிகா! எல்லாம் ரெடி! ஒரு முறை சரி பார்த்துக்கோ!"

"அம்மா! நீங்களும் அப்பாவும் கூட எங்க கூட வந்திருக்கலாம்!"

"பாருங்க சம்மந்தி! தேனிலவுக்கு அப்பா, அம்மாவுமா? கேட்டிங்களா? இப்படியா பாசம் வச்சிருப்பா ஒருத்தி? நல்ல பொண்ணைப் பெத்தீங்க!"

"அவ சுபாவம் அப்படிம்மா? பெத்த தாயார்கிட்டக் கூட வெறிபுடிச்ச பாசம், அம்மா கால்ல முள் குத்தினா, இவ ஒக்காந்து அழுவா! அப்படிப்பட்டவளை இப்ப வெறுத்துட்டா பாருங்க!"

பாக்யம் அருகில் வந்து ராதிகாவின் கூந்தலை தடவிக் கொடுத்தாள்.

"இதப்பாரம்மா பெருமையாத்தான் இருக்கு உன்னை நினைச்சா! ஆனா பாசத்துக்குக் கூட எல்லையுண்டு! எதுவுமே அளவுக்கு மீறிப்போயிட்டா, விபரீதமா முடிஞ்சிடும். எதுவும் இந்த உலகத்துல நமக்கு நிரந்தரமில்லைனு ஒரு மனசா ஒத்துக்கணும்! புரியுதா?"

"சரிம்மா!"

"ராதிகா! நான் பறப்படறேன்! இனிய பயணத்துக்கு உனக்கும், மாப்ளைக்கும் வாழ்த்துக்கள்!"

"தேங்க்ஸ்பா முரளியை வரச் சொல்லுங்க!"

"கண்டிப்பா!"

ராமசுப்பு நேராக வீட்டுக்கு வந்து சேர்ந்தார். அங்கும் பெட்டி கட்டும் வேலை நடந்து கொண்டிருந்தது.

"முரளி! வெளியூருக்குப் போறியா?"

"நான் போகலப்பா, அம்மா ஆஸ்மரத்துக்குப் போறாங்க!"

"ஆஸ்ரமமா! எதுக்கு? எத்தனை நாளைக்கு?"

"நிரந்தரமா! மைசூர் பக்கத்துல உள்ள ஒரு ஆஸ்ரமத்துக்கு புக் பண்ணியாச்சு."

"என்ன திடீர் ஞானோதயம்?"

"அது வந்துப்பா...!"

பத்மினி குறுக்கிட்டாள்.

"வளர்த்த கடா மார்ல முட்டியாச்சு! புருஷனுக்கு வெறுப்பு வந்தாச்சு! எதுக்கு நான் இங்கே இருக்கணும்? இதைவிட அந்த இடம் சொர்க்கம்!"

"தாராளமாப் போகலாம். மத்தவங்க மனசைப் புரிஞ்சுக்காம எல்லாரையும் நோகடிச்சு, இதயத்தைப் பிளந்து வாழறதை விட, யாருக்கும் தொந்தரவு தராம ஒதுங்கி வாழறது விவேகம்! இங்கே இருக்கறவங்களும் நிம்மதியா வாழலாம்! அப்பாடி தப்பிச்சோம். என் மகள் இன்னிக்கு தேனிலவுக்கு சிங்கப்பூருக்கு போறா! ஆனந்தமோ இருக்கா! திரும்பி வந்ததும் இனி தாராளமா பிறந்த வீட்டுக்கு அவ வரலாம்! அவளை வெறுக்கறவங்க யாரும் இங்கே இல்லை. முரளி! உன்னைப் பார்க்க அவ துடிக்கறா! நீ போயிட்டு வா!"

"அம்மாவை அனுப்பிட்டு நான் போறேன்!"

"ஏண்டா? நீ மட்டும் திருந்த மாட்டியா? யாரோ எங்கோ ஒழிங்க!"

அவர் உள்ளே போய் விட்டார்.

முரளி அம்மாவின் கைகளைப் பிடித்துக் கொண்டான்.

"எதுக்கும்மா இப்படி? உண்மையைச் சொல்லிடும்மா! உனக்காக கடைசி நொடிகள்ள ஒரு சொட்டுக் கண்ணீராவது விடட்டும்மா!"

"வேண்டாம்பா! சத்யத்தை மறக்காதே! எனக்காக அழ ஒரே ஒரு ஜீவன் நீ இருக்கே! எனக்கு அது போதும்! எல்லாம் ரெடியா? புறப்படலாமா?"

"சரிம்மா!"

முரளி அடக்க முடியாமல் அழுதான்.

"உங்கப்பா பாக்கப் போறார்! அடக்கி வாசிப்பா! இழப்புகள் நாளாவட்டத்துல சரியாயிடும். நீயும், உங்கக்காவும் வாழறது முக்கியம். அப்பாவை நல்லா பாத்துக்கோ!"

"சரிம்மா!"

வாசலில் பெட்டியுடன் இறங்கிவிட்டாள்.

"நான் பஸ் ஸ்டாப் வரைக்கும் வர்றேன்மா!"

"வேண்டாம் முரளி! கடைசி வரை யாரோ?ன்னு கண்ணதாசன் பாடியிருக்கார். எல்லாருக்குமே அதுதான் சாசுவதம்! நான் வர்றேன்!"

பத்மினி வேகமாக பெட்டியுடன் நடந்தாள்.

முரளி கண்ணீர் வழியப் பார்த்துக் கொண்டே கைகளை அசைத்தான்.

பின்குறிப்பு:

இது வெறும் கற்பனை அல்ல! ஒரு உண்மைக்கதை! ஆறு மாதங்கள் கழித்து பத்மினி மரணப் படுக்கையில் இருந்த விபரம் தெரிய, முரளி போய்ப் பார்த்து உடன் இருந்து, இறுதிக் காரியங்களையும் செய்துவிட்டுத்தான் வந்தான்! இன்றுவரை பத்மினி இறந்த விபரம் ராதிகா, ராமசுப்புவுக்குத் தெரியாது!

ஒரு வெறிபிடிச்ச பாசம் எப்பேர்ப்பட்ட ஒரு முடிவை எடுக்க வைத்து விட்டது!

பத்மினி என்ற ஒரு தாய் எடுத்த இந்த முடிவு சரிதானா?

இதைப் படிக்கும் தாய்மார்கள்தான் பதில் சொல்ல வேண்டும்!

—— முற்றும் ——

9 789356 951013